பிறகொரு இரவு

பிறகொரு இரவு

தேவிபாரதி

எண்பதுகளில் சிறுகதைகள் மூலம் அறிமுகமாகித் தொடர்ந்து பல்வேறு தீவிர இதழ்களில் சிறுகதைகள், கவிதைகள், நாடகங்கள், கட்டுரைகள் எழுதிவரும் தேவிபாரதி, மார்க்சிய, மார்க்சிய லெனினிய இயக்கங்களில் சிறிதுகாலம் செயல்பட்டவர்.

1993இல் வெளிவந்த இவரது முதல் சிறுகதைத் தொகுப்பான 'பலி' பரவலான கவனத்தைப் பெற்றது.

1994இல் இளம் நாடக ஆசிரியருக்கான மத்திய சங்கீத நாடக அக்காதெமியின் பரிசுபெற்றார்.

இவரது சிறுகதைகளில் சில ஆங்கிலத்திலும் இந்தி, மலையாளம் உள்ளிட்ட சில இந்திய மொழிகளிலும் மொழிபெயர்க்கப் பட்டுள்ளன. 2014இல் காலச்சுவடு வெளியிட்ட 'வீடென்ப' என்னும் தலைப்பிலான இவரது தேர்ந்தெடுக்கப்பட்ட பத்துச் சிறுகதைகள் என். கல்யாணராமன் மொழிபெயர்ப்பில் Harper Collins Publications வெளியீடாக 'Farewell Mahatma' என்னும் தலைப்பில் வெளிவந்து பரவலான கவனத்தைப் பெற்றுள்ளது.

திருப்பூர் மாவட்டம் காங்கயம் அருகேயுள்ள புதுவெங்கரை யாம்பாளையம் என்னும் கிராமத்தைச் சொந்த ஊராகக் கொண்ட தேவிபாரதி தமிழக அரசு கல்வித்துறையில் பணியாற்றி 2006இல் விருப்ப ஓய்வுபெற்றார். காலச்சுவடின் பொறுப்பாசிரியராக ஆறு ஆண்டுகள் பணியாற்றினார். பின்னர் 'புதுயுகம்' தொலைக்காட்சியில் பணியாற்றிய தேவிபாரதி தற்போது நூலகராகப் பணியாற்றும் மனைவி ரத்தினாம்பாளுடன் திருப்பூர் மாவட்டம் வெள்ளகோவிலில் வசித்துவருகிறார்.

மின்னஞ்சல்: devibharathi.n@gmail.com

ஆசிரியரின் பிற நூல்கள்

- பலி (சிறுகதைகள், 1993)
- கண் விழித்த மறுநாள் (கவிதைகள், 1994)
- மூன்றாவது விலா எலும்பும் விழுதுகளற்ற ஆலமரமும் (நாடகம், 1996)
- புழுதிக்குள் சில சித்திரங்கள் (கட்டுரைகள், 2004)
- நிழலின் தனிமை (நாவல், 2011)
- அற்ற குளத்து அற்புத மீன்கள் (கட்டுரைகள், 2012)
- வீடென்ப (தேர்ந்தெடுத்த சிறுகதைகள், 2013)
- நட்ராஜ் மகராஜ் (நாவல், 2016)
- கறுப்பு வெள்ளைக் கடவுள் (குறுநாவல்கள், 2016)

தேவிபாரதி

பிறகொரு இரவு

காலச்சுவடு பதிப்பகம்

அன்பார்ந்த வாசகருக்கு,

வணக்கம்.

காலச்சுவடு நூலை வாங்கியமைக்கு நன்றி.

நூலின் உள்ளடக்கம், உருவாக்கம், அட்டைப்படம் இன்ன பிற அம்சங்கள் பற்றிய உங்கள் கருத்துகளையும் ஆலோசனைகளையும் காலச்சுவடு வரவேற்கிறது. தகவல், எழுத்து, வாக்கியப் பிழைகள் தென்பட்டால் கட்டாயம் தெரிவித்து உதவுங்கள். நூல் தயாரிப்பில் கடும் குறைபாடு இருப்பின் மாற்றுப் பிரதி உங்களுக்குக் கிடைக்கக் காலச்சுவடு ஏற்பாடு செய்யும்.

மின்னஞ்சல்: publisher@kalachuvadu.com

காலச்சுவடு நாகர்கோவில் அலுவலகத்திற்குக் கடிதம் அனுப்பலாம்.

தங்கள்
எஸ். ஆர். சுந்தரம் *(கண்ணன்)*
பதிப்பாளர் – நிர்வாக இயக்குநர்

பிறகொரு இரவு ◆ சிறுகதைகள் ◆ ஆசிரியர்: தேவிபாரதி ◆ © ராஜசேகரன் ◆ முதல் பதிப்பு: ஜூலை 2009, ஏழாம் பதிப்பு: டிசம்பர் 2023 ◆ வெளியீடு: காலச்சுவடு பதிப்பகம், 669 கே.பி. சாலை, நாகர்கோவில் 629001

piRakoru iravu ◆ ShortStories ◆ Author: Devibharathi ◆ © Rajasekaran ◆ Language: Tamil ◆ First Edition: December 2009, Seventh Edition: December 2023 ◆ Size: Demy 1 x 8 ◆ Paper: 18.6 kg maplitho ◆ Pages: 144

Published by Kalachuvadu Publications Pvt.Ltd., 669, K.P. Road, Nagercoil 629001, India ◆ Phone: 91-4652-278525 ◆ e-mail:publications @kalachuvadu.com ◆ Printed at Clicto Print, Jaleel Towers, 42 KB Dasan Road, Teynampet Chennai 600018

ISBN: 978-81-89945-69-5

12/2023/S.No. 294, kcp. 4965, 18.6 (7) uss

தோழர் சி. கதிர்வேலுக்கு

நன்றி

இக்கதைகளை வெளியிட்ட 'உன்னதம்', 'காலச்சுவடு' ஆகிய இதழ்களுக்கும் எழுத்தோடு உள்ள உறவைக் காப்பாற்றிக் கொள்வதற்கு வெவ்வேறு தருணங்களில் எனக்கு உறுதுணையாய் இருந்துவந்திருக்கும் நண்பர்கள் 'காலச்சுவடு' ஆசிரியர் கண்ணன், அரவிந்தன், நஞ்சுண்டன், கவிதா முரளீதரன், வெ. பொ. ரவிச் சந்திரன், பாரதிவண்ணன், இரா. வெள்ளியங்கிரி, தி. முரளி, கடற்கரய், ந. தர்மராஜன் ஆகியோருக்கும் கதைகளைச் செப்பனிடு வது, பிழை நீக்குவது தவிர நல்ல வாசகர்களாகவும் இருந்து எனக்கு ஊக்கமளித்துவரும் 'காலச்சுவ'டின் உதவியாசிரியர்கள் ந. கவிதா, ந. செல்லப்பா, பெ. பாலசுப்ரமணியன் ஆகியோருக்கும் புத்தகத் தயாரிப்பில் சிறப்புக் கவனம் செலுத்தி அது அழகாக வருவதற்குத் துணைபுரிந்த 'காலச்சுவ'டின் வடிவமைப்பாளர் கீழ்வேளூர் பா. ராமநாதன், பிரேமா, மணிகண்டன், அலுவலக நண்பர்கள் எஸ். நாகம், ப. ஷர்மிளா, கி. முத்து, ம. கிரி, ராசு அட்டைப்படத்தை வடிவமைத்த நண்பர் சந்தோஷ் ஆகியோருக் கும் எம்.எஸ்., ஷாலினி இத்தொகுப்பு வெளிவர ஊக்குவித்து முன்னுரை வழங்கிய கவிஞர் சுகுமாரன் ஆகியோருக்கும்.

பொருளடக்கம்

முன்னுரை: சுகுமாரன்	13
ஊழி	19
சிகரெட் துண்டுகளும் உள்ளாடைகளும்	43
பிறகொரு இரவு	81
ஒளிக்கும் பிறகு இருளுக்கும் அப்பால்	119

முன்னுரை

தேவிபாரதியின் நான்கு கதைகள்

இத்தொகுப்பில் இடம்பெற்றுள்ள தேவிபாரதியின் நான்கு கதைகளும் வெவ்வேறு கால இடைவெளியில் எழுதப்பட்டவை. மாறுபட்ட பின்புலங்களைக் கொண்டவை. ஒன்றுக்கொன்று வேறுபட்ட உத்திகளைப் பயன் படுத்திப் புனையப்பட்டவை. வெளிப்படையாகத் தெரியும் இந்த வேற்றுமைகள் கதையாக்கச் செயல்பாட்டின் விளைவாக அமைந்தவை. ஆனால் அவற்றைக் கடந்த ஓர் ஒற்றுமையை இந்தக் கதைகளை வாசிக்கும்போது உணர முடிந்தது. படைப்பாக்க நிலையின் ஆதார இழை நான்கு கதைகளிலும் ஊடுருவியிருப்பதாகப் புலப்பட்டது. நான்கு கதைகளையும் ஒரு பொது வாக்கியம் மூலம் அணுகலாம்: 'அறச் சிக்கல்களின் மீதான படைப்பியல் விவாதமே இந்தக் கதைகள்.'

தற்செயலாக மனத்தில் படிந்த இந்த எண்ணம் கதைகளை வாசித்திருந்த தருணங்கள் முழுவதும் ஒலித்துக் கொண்டிருந்தது. கூடவே இப்படி வரையறுப்பது அத்து மீறலாக இருக்கலாம் என்ற உறுத்தல் எதிரொலியாக மோதிக்கொண்டுமிருந்தது. இந்தக் கதைகளை வாசித்துக் கொண்டிருந்த அதே நேரத்தில் உடன் வாசிப்பாக இருந்த இன்னொரு கட்டுரை நூல் அந்த உறுத்தலைப் போக்கியது. கட்டுரையில் இடம்பெற்றிருந்த கருத்துகளில் ஒன்று என்னுடைய பொது வாக்கியத்தை ஆதரித்தது. மறைந்த அமெரிக்க எழுத்தாளரும் விமர்சகருமான சூஸன் சாண் டாக்கின் கட்டுரைக் கருத்து அது. சாண்டாக்கின் மறைவுக்குப் பிறகு தொகுக்கப்பட்ட கட்டுரை நூலில் நாதின் கோர்டிமர் சொற்பொழிவாக சாண்டாக் நிகழ்த்திய உரை கட்டுரை

வடிவில் சேர்க்கப்பட்டுள்ளது. கட்டுரை புனைகதையாளர்களின் அறச்சார்பைப் பற்றிப் பேசுகிறது. 'தீவிரமான எழுத்தாளர்கள் அறச் சிக்கல்களைக் குறித்து நடைமுறை சார்ந்து சிந்திக்கிறார்கள்' என்ற சாண்டாக்கின் வாக்கியம் பிரகாசமாக மனத்தில் படிந்தது.

தேவிபாரதியின் கதைகளை வாசிக்கும்போது எனக்குள் திரண்ட வரியின் இன்னொரு வடிவமாக இந்த வாக்கியம் அமைந்தது மிகவும் எதேச்சையானது. தற்செயலாக நிகழ்ந்த இந்தக் கண்டெடுப்பு கதைகளை மேலும் அணுக்கமாக்கியது. ஓர் அளவுகோலாக அல்ல; கதைகளின் உள்ளோட்டத்தை இனங் காண்பதற்கான உபாயமாகவே இதைக் கருதினேன். 'புனைகதை யாளர்கள் கதைகளைச் சொல்லுகிறார்கள். விவரிக்கிறார்கள். விவரிப்புகளில் நமது பொது மானுடத்துவத்தை எழுப்புகிறார்கள்; அதன் மூலம் நம்முடைய வாழ்க்கைக்கு வெகு தொலைவிலுள்ள வாழ்க்கையுடனும் நாம் நம்மை அடையாளம் கண்டுகொள்ள வைக்கிறார்கள். நமது கற்பனையைத் தூண்டிவிடுகிறார்கள். விரிவாகவும் சிக்கலாகவும் அவர்கள் சொல்லும் கதைகள் நமது அக்கறைகளை மேம்படுத்துகின்றன. அவை அறம் சார்ந்து முடி வெடுப்பதற்கான தகுதியை நமக்குக் கற்பிக்கின்றன'* என்று கட்டுரையில் தொடரும் விவாதம் இந்தக் கதைகளை முன்னிறுத்தி யோசிக்கும்போது விசாலமான அர்த்தத்தைப் பெறுகிறது. இந்த விவாதங்களைப் பின்னணியாக வைத்து யோசிக்கும்போது கதை களின் புனைவுலகமும் மேலும் துலங்குகிறது.

இந்தத் தற்செயல் ஒற்றுமை படைப்பாக்கத்தின் இன்னொரு அலகையும் விளக்கியது. காலம், இடம், நிகழ்வுகளின் தனித் தன்மைகளைக் கடந்து படைப்புமனம் இயங்கும்முறை பற்றிய விசித்திரத்தைக் குறியிட்டுக் காட்டுகிறது. நாதின் கோர்டிமரின் படைப்புகளில் சாண்டாக் விவாதிக்க எடுத்துக்கொண்டதும் தேவி பாரதியின் கதைகளை இணைக்கும் பொதுச்சரடாக நான் யூகிப்பது மான ஒரே கருத்துநிலையை அடையக் காரணம் படைப்பெழுத்துக் கான உந்துதல். இந்த உந்துதல் எங்கும் ஒன்று தான் என்று எண்ணுகிறேன். அது சூழலை மீறிய எழுச்சி. தனித்தன்மைகளைப் பின்னுக்குத் தள்ளி முன் நிற்கும் இயல்பு. இதை நிறுவுவதற்கான குறிப்பைப் 'பிறகொரு இரவு' கதையிலிருந்து பகுக்கலாம். பிர்லா மாளிகையிலிருந்து பின்னிரவில் வெளியேறும் காந்தி தன்னுடைய மரணமும் ஒரு கவித்துவ நிகழ்வாக இருக்க வேண்டுமென்றே கற்பனை செய்கிறார். டால்ஸ்டாயைப் போல ஒரு ரயில் நிலையத் தில் முக்தியடைய விரும்புகிறார். அவருடைய இராப் பயணத்தின் நோக்கம் தனக்கான ரயில் நிலையத்தைத் தேடுவது. தன்னுடைய

* சூஸன் சாண்டாக்கின் 'அட் தி ஸேம் டைம்' (2007)

அஸ்டபோவாவைக் கண்டுபிடிப்பது. இந்த மனவெழுச்சி மானுடப் பொது இயல்பு. புனைவின் மூலம் தேவிபாரதி கண்டடையும் உணர்வுநிலையைத்தான் சாண்டாக் அவருடைய நிலையிலும் நான் என் நிலையிலும் கருத்தாக அடைந்திருக்கிறோம். படைப்பு மனம் வாசகனுக்குப் பங்களிப்பது இந்தப் பொதுமையைத்தான்.

அறச்சிக்கல்கள்மீதான படைப்பியல் விவாதம் இந்தக் கதைகள். அவை வெவ்வேறு தளங்களில் அலசப்படுகின்றன. 'ஊழி'யில் காப்பியப் பின்னணியிலும் 'பிறகொரு இரவி'ல் சமகால வரலாற்றுப் பின்னணியிலும் 'சிகரெட் துண்டுகளும் உள்ளாடைகளும்', 'ஒளிக்கும் பிறகு இருளுக்கும் அப்பால்' ஆகிய கதைகளில் நிகழ்கால வாழ்வின் பின்னணியிலும் இந்த விவாதம் கையாளப்படுகின்றது. ஊழியில் அதிகாரத்தின் செருக்கு ஒரு பெண்ணின் நீதியான இருப்பைக் குலைப்பது தொடர்பான தார்மீகச் சிக்கல். பிறகொரு இரவில் குறிக்கோள் நிறைவேறிய பின்னர் அதற்குக் கருவியாக இருந்த கிழவர் சுமையாகிறார். அவருடைய இருப்பே தொந்தரவு தருகிறது. வரலாறு இந்தச் சிக்கலை காந்தியின் இன்மை மூலம் தீர்த்துக்கொள்கிறது. நட்பின் அறமும் தாம்பத்தியத்தின் அறமும் விசாரணைக்குள்ளாகும் கதைகள் மற்றவை. இந்த நான்கு கதைகளுக்கும் பொதுவான இயல்புகள் உள்ளன. எல்லாக் கதைகளிலும் மரணத்தின் உடனிருப்பில்தான் அறங்கள் பரிசோதிக்கப்படுகின்றன. காந்தியின் கதையைத் தவிர பிற கதைகள் எல்லாவற்றிலும் காமத்தின் தத்தளிப்பு சிக்கல்களை ஆழமாக்குகிறது. கூடவே காமத்தின் தார்மீகமும் கேள்விக்குரியதாகிறது.

நான்கு கதைகளிலும் மரணத்தின் வசியநெடி பரவியிருக்கிறது. மரணம் தொடக்கமாகவும் (ஒளிக்கும் பிறகு இருளுக்கும் அப்பால்), மையமாகவும் (பிறகொரு இரவு), முடிவாகவும் (சிகரெட் துண்டுகளும் உள்ளாடைகளும்), விடுதலையாகவும் (ஊழி) இந்தக் கதைகளில் வடிவம் கொள்ளுகின்றன. குரூரமான அல்லது நியாயமான அர்த்தத்தில் கதைகளில் இடம்பெறும் எல்லா மரணங்களும் கொலைகளே. அவற்றுக்கான நிமித்தங்கள் மட்டுமே மாறுகின்றன. காதல், காமம், அரசியல், நட்பு எல்லாமும் விதையுறைகள். மூடப்பட்ட அவற்றுக்குள் வன்முறையின் வித்துக்கள் உறங்குகின்றன. அவை மரணத்தின் இருளில் முளை விடுகின்றன. ஏறத்தாழ இந்தக் கதைகள் எல்லாவற்றின் பொழுதும் இரவுதான். ஒளியின் மரணம்தான் இரவு என்பதால் இந்தக் கதைகள் அப்படி நிகழ்ந்திருக்கின்றனவா? அல்லது படைப்பாளி தெரிந்தே தேர்ந்தெடுத்த பொழுதா? இரண்டும்தான்.

இந்த நான்கு கதைகளிலும் கொல்லப்படும் பாத்திரங்கள் யாரும் மரணத்தை விரும்பி வரவேற்றவர்களல்ல. மணிமேகலை மேல் கொண்ட காதல் காமவேட்கையாகத் திரிந்த கணத்தில்

உதயகுமாரனின் மரணம் நிச்சயிக்கப்பட்டு விடுகிறது. அதை அவன் உணர மறுக்கிறான். தன்னுடைய காம பரிகாரமே அவனை இயக்குகிறது. சசியின் பிறன்மனை நயப்பு விஸ்வத்தை ஒழித்துக் கட்டுகிறது. தாஸை விபத்துக்குள்ளாக்குவது நட்பு. காந்தியின் மரணத்துக்காகக் காத்திருப்பது அரசியல். அவர் அதை உணர்ந் தாலும் தன்னுடைய கருணை மூலம் மீட்சி பெறலாம் என்று நம்புகிறார். காந்தியின் செயலையல்ல; அவருடைய திரு உருவைக் கோரும் சூழலே உருவாகியிருப்பதை அவரும் தர்ம சங்கடத்துடன் புரிந்துகொள்கிறார். இந்தப் பாத்திரங்கள் எல்லாம் மரணத்தின் மூலம் வாழ்க்கைக்குள் நுழைகிறார்கள். அதனாலேயே இவர்களின் இருப்பும் இன்மையும் அறச் சிக்கலை உருவாக்குகின்றன.

புதிய புனைகதையின் சவால் காலத்தையும் களத்தையும் இடம்பெயர்ப்பது என்று தோன்றுகிறது. நடப்பியல் சம்பவமானா லும் அது புனைவின் வேளையில் வேறொன்றாகிறது. காலத்தில் நடக்கிறது. களத்தில் பொழுதாகிறது. மரணத்துக்காகக் காத்திருக்கும் காந்தியும் காந்தியைக் காத்திருக்கும் மரணமும் நடப்பு சார்ந்த வையல்ல. புனைவு சார்ந்தவை. சசியின் கடிகாரம் பின்னோக்கிச் செல்லும்போது அது காலமாக அல்லாமல் இடமாக உருமாறுகிறது. இது உத்தியல்ல. புனைவின் விசித்திரம். இந்த விசித்திரத்தை நீக்கிவிட்டு வாசித்தால் ஒளிக்கும் பிறகு இருளுக்கும் அப்பால் கதை தட்டையான பாலியல் பிறழ்வுக் கதையாகச் சுருங்கிவிடும். தேவிபாரதி காலத்துடன் செய்யும் குறுக்கீடுகள்தாம் அதை மேலான புனைவாக மாற்றுகின்றன. தொகுதியின் எல்லாக் கதைகளுக்கும் இந்தப் புனைவியல்பு உள்ளது. சமகாலப் புனை கதையில் தேவிபாரதியை நிறுவக்கூடிய இலக்கியக் கூறாக இதைச் சொல்லத் தோன்றுகிறது. காலம் இந்தக் கதைகளில் ஓரிடத்தில்கூட நேர்கோட்டுப் பயணம் மேற்கொள்வதில்லை. சுழல்வட்டமான பாதைகளில் போகிறது. பின்னோக்கி நகர்கிறது. நுட்பமான சில சந்தர்ப்பங்களில் இடவலமாகவும் சஞ்சரிக்கிறது. பிறகொரு இரவில் இந்த சஞ்சாரம் அதிகம்.

தேவிபாரதியின் இந்த நான்கு கதைகளையும் வாசிக்கையில் எனக்கு வசப்பட்ட கருத்து இலக்கியப் புனைவில் அவருடைய முதன்மையான கவனம் கவிந்திருப்பது மனிதச் செயல்பாடுகளின் அறச் சார்பின் மீதுதான் என்பது. அதை நியாயம் – அநியாயம், நன்மை – தீமை, ஏற்றுக்கொள்ளத் தகுந்தவை – புறக்கணிக்க வேண்டியவை, இரங்குதலுக்குரியவை – கொண்டாடப்பட வேண்டி யவை என்ற எளிய எதிர்ச் சொற்களால் வகுக்கப்பட முடியாத ஒன்றாகப் புனைய அவரால் நேர்மையாக முடிந்திருக்கிறது. அவர் இந்தக் கதைகளில் ஒன்றில் இடம்பெறச் செய்திருக்கும் அரூப பாத்திரமான டால்ஸ்டாயின் அக்கறையும் அறச் சிக்கலைப்

பற்றியதுதான். டால்ஸ்டாய்க்கு அவர் பார்த்த வாழ்க்கை. தேவி பாரதிக்குத் தான் பார்க்கும் வாழ்க்கை. இலக்கியத்தில் வேறு என்ன செய்ய முடியும், பாழாய்ப் போகிற மனித வாழ்க்கையை விசாரிக்காமல்?

சென்னை
14 ஜூலை 2009 சுகுமாரன்

ஊழி

"சற்று விரைந்து நட மேகலா, வேடிக்கை பார்ப் பதற்கு உகந்த தருணமல்ல இது. வழிபாட்டிற் குரிய மலர்களுக்காகவும் நமக்காகவும் தவச்சாலையில் கவலையுடன் காத்திருப்பாள் தாயார் மாதவி." எனத் தணிந்த குரலில் முணுமுணுத்தபடி மேகலையின் நடுங்கும் தளிர்விரல்களை இறுகப் பற்றிக்கொண்டாள் சுதமதி. நம்ப முடியாத துரோகங்களுக்கும் முடிவேயில்லாத துன்பங்களுக்கும் சதா இரையாகித் தீரவே தீராத பிறவி யின் பெருங்கடலை வெகுதூரம் கடந்துவந்துவிட்டவள் சுதமதி. அவளுக்கே இப்பெரும் கூட்டத்தைக் கண்டு கலக்கம் என்றால் அணிபூண்ட இச்சம்பாபதியின் தெருக் களிடை வரம்பற்ற குதூகலத்துடன் சுற்றித்திரிய வேண்டிய வயதில் துறவுநிலை பூண்டு, துறவின் தர்மத்தையும் அறியாத சின்னஞ்சிறு கன்னிகையான மணிமேகலை யின் நிலை பற்றிச் சொல்லவா வேண்டும்?

துறவி என்றாலும் அவள் பேரழகி. மரவுரி தரித்தும் மங்காத பேரழகு. போக்கிரிகளாய்த் தென்படும் ஆடவர் களில் சிலர் ஓயாமல் அவர்களைப் பின்தொடர்ந்து கொண்டிருந்தார்கள். போக்கிரிகளோ தொன்மை நாகரிகம் கொண்ட இச்செந்தமிழ் நாட்டின் மாண்புடை மைந்தர் களோ யாரானாலும் இப்போது ஒன்றுதான். எல்லா மனங்களிலும் களிப்பின் விதை முளைத்திருக்கிறது. ஒருவரிடத்திலும் கட்டுப்பாடில்லை.

மாதவிக்கு இன்னும்கூட இந்நகரைப் புரிந்துகொள்ள முடியவில்லை. குற்ற உணர்வுக்கும் அவமானத்துக்கும் உள்ளான மனம் பேதலித்துப் போய்விட்டது. இல்லை யென்றால் தவிப்பை மூட்டுவதும் அலைக்கழிப்புகளை உருவாக்குவதுமான களியாட்டங்களைக் கொண்ட இத்தெருக்களில் தனியே இறங்கிச் செல்லுமாறு இப்

பேதைப் பெண்ணைத் தூண்டுவாளா? துறவுபூண்டிருக்கும் இச்சிறுபெண்ணின் மனதைச் சிதறடித்துவிடாதா, களியாட்டங் களின் நாண்களிலிருந்து சீறிவரும் காமன் கணைகள்? தாய் சித்ராபதியின் தந்திரங்களினதும் பேராசைகளினதும் துணை யோடு ஓய்வில்லாமல் இக்கணிகையர் தெருவைச் சுற்றிக் கொண்டிருக்கும் உதயகுமாரனைப் பற்றியும்கூடவா அவளுக்குப் பயமில்லை? மாமன்னனேகூட அரசக் கடமைகளை மறந்து இந்திர விழாவின் கொண்டாட்டங்களில் மூழ்கிக்கிடக்கும் பொழுது பிறரைப் பற்றி என்ன சொல்வது?

இந்திர விழாவன்று காமன் திருவிழா.

இந்திரனே ஒரு காமுகனல்லவா? பத்தினியைப் பரத்தை யாக்கிய காமுகன். கொண்ட காமத்திற்குத் தண்டனையாய்ப் புண்களைப் பெற்றவன். தேவர்க்கரசன் என்பதாலல்லவா அவனுக்குப் புண்கள் கண்களாயின? ஒவ்வொரு கண்ணிலும் காமம் குமிழியிடத் தன் முப்பத்து மூன்று தேவகணங்களோடும் பிரபஞ்சத்தை நிர்க்கதியாய் விட்டுவிட்டுக் களியாட்டங்களின் இத்தொன்னகரைத் தேடி வந்திருக்கிறான் தேவேந்திரன். இனி ஈரேழு நாட்களும் இங்கிருந்துதான் பிரபஞ்ச பரிபாலனம். கோவலனினதும் கண்ணகியினதும் மரணங்களும் மூதூரின் பேரழிவும் உருவாக்கியிருந்த கொடிய துயரங்களையும் அறவியல் விசாரங்களையும் அழிக்கத் தொடங்கிவிட்டது வள்ளுவன் அறைந்த விழா முரசத்தின் பெருமுழக்கம். எரியூட்டப்பட்ட நகரின் சாம்பல்கூட இன்னும் அடங்கியிருக்கவில்லை. அதற்குள் களியாட்டங்களுக்காகப் பொற்காசுகளுடன் கணிகையர் கோட்டத்தில் குழுமத் தொடங்கிவிட்டார்கள் முத்துடைத்த பாண்டிய நாட்டின் மீன்கொடி மறவர்கள். பல்வேறு நாடுகளின் அரசிளங்குமரர்களும் செல்வச்செருக்குடைய பெருநிலக்கிழார் களும் வணிகர்களும் அந்தணர்களும் பிச்சைக்காரர்களும் பேதம் பாராட்டாமல் ஒன்றாகக் குழுமி இச்சீர்மிகு பெருநகரைக் கலங்கடித்துக் கொண்டிருக்கிறார்கள். மிரட்டிக் காரியத்தைச் சாதித்துக்கொண்டிருக்கிறது சதுக்கபூதம். காவலுறும் பணிக்குக் கைமாறாக அதற்குக் கிடைத்திருக்கிறது கணிகைக் கூத்து.

அறத்தைப் போதிக்கக் கைகளில் திருவோடு ஏந்தியவராய் இக்காவிரிப்பூம்பட்டினத்தின் நலங்கெழு வீதிகளில் திரிந்து கொண்டிருக்கும் புத்த பிக்குகளுக்கே இது தோல்வி.

போதை தலைக்கேறிய களிமகனொருவன் நிர்வாணியான துறவியை மறித்துப் பலர் முன்னிலையிலும் அவமதித்தானே?. கள் நிறைந்த கலயத்தை அத்துறவியின் நாசியருகே பிடித்துக் கொண்டு உண்ணச் சொல்லி வற்புறுத்தினானே

“குளிக்காமலும் உடையுடுத்தாமலும் ஏன் இப்படிப் பைத்தியம் பிடித்ததுபோல் அலைகிறீர் அடிகளாரே? இந்தாரும், இதைக் குடித்து உமது புத்தியைத் தெளிவித்துக்கொள்ளும். இதில் பாவமில்லை. உயிர்க்கொலையும் ஏதுமில்லையாக்கும் அடிகளாரே!. வெறும் கள்; தென்னையின் பாளையிலிருந்து ஊறிவருவது. வேண்டுமானால் அப்படிக் கண்மறைவாய்ப் போய் அமர்ந்துகொண்டு உமது திருவோட்டில் ஊற்றிக் குடியும். பிறகு வாரும். நான் உன்னைக் கணிகையர் கோட்டத்திற்கு அழைத்துச் செல்வேன்!. கொழுத்த முலைகளையுடைய கணிகையரின் உடல்களே பிறவிப் பெருங்கடலைக் கடப்பதற்கான நாவாய்கள். சாத்திரங்களைப் படித்ததில்லையா நீர்? இதிகாசங்களினதும் புராணங்களினதும் உட்கருத்தென்ன? எதற்காக இந்த வெட்டிப்பேச்சு? காலத்தைக் கடத்தாமல் இதைக் குடியும், களித்திரும். பிறகு நான் பொல்லாதவனாவேன் அடிகளாரே”.

கைதட்டிச் சிரித்தது கூட்டம். அது கொண்டாட்டங்களின் ஒரு பகுதியாயிருக்கும். துயருற்றுச் சூம்பியது துறவி மேகலையின் முகம்.

“சீக்கிரம் இவ்விடத்தைத் தாண்டிப் போய்விட வேண்டும் சுதமதி” எனத் தவிப்புடன் தோழியை அவசரப்படுத்தினாள்.

ஆனால் கடந்துசெல்வதற்குச் சிறிதளவே வழி கிடைத்தது. கணிகையர் கோட்டத்தைத் தாண்டியும் கொண்டாட்டங்களின் ஆரவாரம் குறையவில்லை. கடந்த சில திங்கள்களாகத் துயரத்தில் மூழ்கிக்கிடந்த இச்சம்பாபதி தனது பழைய பொலிவை மீண்டும் பெற்றுக்கொண்டிருக்கிறது. புதுமணல் பரப்பிச் செப்பனிடப்பட்ட தெருக்கள், வாசல்கள் தோறும் கணிகையர் வரைந்த வண்ணக்கோலங்கள், மாளிகைகளின் நுழைவாயில்களில் ஒளிசுடரும் அணிமாலைகள், மாடங்களில் கதலிகைக் கொடிகளின் படபடப்பு, எல்லாத் தெருக்களிலும் தோரணங்கள். பூரண கும்பங்களும் பொற்பாலிகைகளும் பாவை விளக்குகளும் ஏற்றப்பட்ட எண்ணற்ற சிறு கோயில்கள், அம்பலங்கள் தோறும் புண்ணிய நல்லுரைகள், தமிழாய்ந்த அறிஞர்களின் பட்டிமண்டபங்கள், சதுக்கங்கள் ஒவ்வொன்றிலும் களியாட்டங்கள். வனமுலைகளையும் அகன்ற அல்குலையும் கொண்ட கணிகையர் ஆடும் பேடிக்கூத்து,

“உவவனம் நெடுந்தொலைவு கொண்டதோ சுதமதி?”

“இல்லை மேகலா, ஆனால் கட்டுடைத்துப் பெருகிக்கொண்டிருக்கும் இம்மனித வெள்ளத்தைக் கடந்து நாம் அங்குப் போய்ச்சேருவதற்கு வெகுநேரம் ஆகிவிடுமோ என அஞ்சுகிறேன். வழிகளில் பலவும் மூடப்பட்டுவிட்டன. இன்னும் ஒரு காததூரம் கடந்துசெல்ல வேண்டியிருக்கிறதே?”

மேகலை பெருமூச்செறிந்தாள், "வேறு சுருக்கு வழிகள் ஏதுமில்லையா சுதமதி?"

"இலவந்திகைச் சோலையின் வழியாகவும் உய்யான வனத்தின் வழியாகவும் செல்லக்கூடிய இரண்டு மிகக் குறுகலான பாதைகளை எனக்குத் தெரியும் மேகலா. இலவந்திகைச் சோலை மாமன்னரின் உரிமை மகளிர் உறையும் இடம். மன்னனும் அம்மகளிரும் அங்கு கூடிக்களித்திருப்பர். உய்யான வனமோ தற்பொழுது விழாக்காண வந்த தேவர்கள் உறையும் இடமாயிருக்கிறது. கேளிக்கைகளில் மூழ்கியிருக்கும் இந்திரனையும் அவனுடைய தேவகணங்களையும் குறித்து நாம் எச்சரிக்கையாயிருக்க வேண்டும் மேகலா. தேவகணங்களுக்குத் துறவுநிலை ஒரு பொருட்டல்ல. அகலிகையின் கதை தெரியுமல்லவா உனக்கு?"

மேகலை சோர்ந்தாள், "எனக்குக் கால்கள் கடுக்கின்றன!"

"நாளங்காடிச் சதுக்கத்திலிருந்து பிரியும் ஒற்றையடிப் பாதை உவவனத்துக்குச் செல்வதாகும் மேகலா. வேடர்களுக்குரிய பாதை அது. அதன் வழியே செல்வோமானால் நமக்குக் கொஞ்சம் தூரம் குறையும்."

மெல்ல நகர்ந்து கரிகாற்பெருவளத்தானின் பெயர் கொண்ட நாளங்காடிச் சதுக்கத்தை அடைந்தார்கள். அங்கும் தாள முடியாத நெரிசல். இன்னும் பெருத்த ஆரவாரம். சதுக்கத்தின் ஒரு முனையில் முழங்காலளவு வட்டுடையணிந்த அழகிய தோற்றம் கொண்ட கணிகையொருத்தித் தன் பாவாடை காற்றில் குடைவிரித்துச் சுழலக் காமன் கூத்துப் பயின்றுகொண்டிருந்தாள். குழுமியிருந்தோர் அனைவரையும் தனது கணைகளால் வீழ்த்தியிருந்தான் காமன். செந்தமிழ் நாட்டு மாந்தர்களின் கிறங்கிய விழிகள் கணிகையின் நிர்வாணத்தைக் காண அலைபாய்ந்து கொண்டிருந்தன.

"அருவருப்பு மேலிடுகிறது சுதமதி, கைகட்டி வேடிக்கை பார்த்துக்கொண்டிருக்கிறாளா சம்பாபதி? இல்லை காமன் கணைகளுக்குத் தானும் இரையாகி இக்கூத்தை ரசித்துக்கொண்டிருக்கிறாளா? சொல் சுதமதி. எனக்கு உவவனம் போக வேண்டாம். தவச்சாலைக்கே திரும்பிவிடுவோம். வழிபாட்டுக்கு மலர்களை எதிர்பார்ப்பவனல்ல புத்தன்" என்று ஆத்திரத்துடன் இரைந்தாள் மணிமேகலை. சுதமதி ஆச்சரியம் கொண்டாள். ஒருபோதும் அவள் அவ்வளவு கோபம் கொண்டு பார்த்ததில்லை. அருகிலிருந்தோரில் சிலர் துணுக்குற்று அவளைப் பார்த்தனர்.

"இச்சதுக்கத்தில் எங்காவது அம்பலம் காணக்கிடைக்கிறதா பார் சுதமதி. அறவியலாளர்களின் நல்லுரைகளைக் கேட்டாலா

வது மனம் சற்று ஆற்றுப்படுகிறதா பார்ப்போம்" என்றாள் சினம் சற்றுத் தணிந்தவளாய்.

"கீழைவீதியில் நதிக்கரையையொட்டிச் சில தப்படிகளுக்குள் இருக்கிறது ஒரு சிற்றம்பலம் மேகலா. அங்கே போய் மனத்தை ஆற்றுப்படுத்திக்கொண்டு பிறகு உவவனம் போகலாம். மிக இயல்பானவையாய் மலிந்துபோய்விட்ட இந்நிகழ்வுகளைக் கண்டு இவ்வளவு பதற்றம் கொள்ளலாமோ? விழிகள் சிவந்து விட்டன உனக்கு!"

அவள் கரங்களை இறுகப் பற்றியிழுத்துக்கொண்டு கூட்டத் தைப் பிளந்து வழியுண்டாக்கியபடி ஈசன் சன்னதியை அடைய முற்பட்டாள் சுதமதி.

கண்ணுக்கெட்டிய தூரத்தில் ஈசன் சன்னதி. அதன் நெடி துயர்ந்த ராஜகோபுரத்தை அலங்கரிக்கும் பொற்கலசங்கள் சூரியக்கதிரேற்று மின்னின. அணியிழைக் களிறொன்று ஏறி யமர்ந்த பொற்றேர் ஒன்றைத் தன் தளிர்க்கரம் பற்றித் தள்ளி நடைபழகியபடி எதிரே வந்தது ஒரு சிறுகுழந்தை. சிசுவைத் தழுவியவளாய்ப் பின்நடந்துவந்த தாய்க்குச் சொல்ல முடியாத பூரிப்பு. "தங்கத் தேரேறி வீதியுலா வந்துகொண்டிருக்கிறான் ஆலமர்ச்செல்வன். அவன் அருள் பெற விரும்புவோர் வாரீர்!" என எல்லோரையும் கூவியழைத்தபடி நடந்துகொண்டிருந்தாள் அவள்.

"கொள்ளை அழகு இக்குழந்தை, இல்லையா சுதமதி?" என்று அக்குழந்தையின் கன்னக் கதுப்புகளைக் கிள்ளிக் குதூகல முற்றாள் மேகலை.

"குழந்தையில் இதைவிடவும் நீ அழகு மேகலா. வணிகர் இல்லங்களின் பத்தினிப் பெண்டிரில் பலர் உன்னைக் காண்ப தற்காகக் கணிகையர் வீதிக்கு ரகசியமாய் வருவார்களாம்!"

"இப்பொழுதோ போக்கிரிகளின் காமப்பார்வைக்கு இலக் கானவளாய்த் துரத்தப்பட்டுக்கொண்டிருக்கிறேன். அதே அழகு இப்பொழுது எனக்குச் சாபமாகியிருக்கிறது, இல்லையா சுதமதி?" அவளிடமிருந்து கையை உதறி விடுவித்துக்கொண்டு விரைந்து முன்னால் நடந்தாள் மேகலை.

சுதமதிக்கு அவள் உள்ளக்கிடக்கை புரிந்தது. உதயகுமாரன் மேல் அவளுமல்லவா தீராக் காதல் கொண்டிருக்கிறாள்? அவளைக் குறித்து என்னவெல்லாம் பழித்துச் சொல்லியிருக் கிறான் சோழ இளவல்! கணிகை, கற்புநெறி சிறிதும் அற்றவள், பொன்னுக்கும் பொருளுக்கும் உடலை விற்று வாழும் பரத்தையர் குலத்தவள், மரவுரி தரிக்கவும் தவச்சாலைக்குள் புகவும் அருகதை

யற்ற இழிந்த பிறவியினள் என அவன் கூறிய கொடிய சொற் களைப் பாட்டி சித்ராபதி சொல்லக் கேட்டும் தீராத காதல்.

காதலா? காமமா? அவளுள்ளத்திலும் தைத்திருக்குமோ காமன் கணைகள்?

துறவு அவள் மனமொப்பி ஏற்ற தவமல்லவே? தாயும் தந்தையும் உற்ற துயரத்தைப் பார்த்து மருண்டதன் விளைவு. ஒரு சாபமாய்த் தன்னைப் பற்றி அலைக்கழித்த இத்தொன்னகர் மீது மாதவிக்குக் கோபம். தான் கொண்ட கோபத்துக்குப் பெற்ற மகளைப் பலியாக்கிவிட்டாள் சாபத்தால் இக்கணிகையர் குலத்தில் வந்துதித்த இந்திரன் சபையின் ஆடலரசி. பழிகொள்ள ஒரு கருவியாய்ப் பயன்படுவாள் தன் மகள் என்று நம்பியிருக் கிறாள். வெம்மை தீராத அரசிளங்குமரன் கவர்ந்து செல்வதற்கு வந்துநின்றால் தவத்தை உதறிவிட்டுத் தேரேறிப் போய்விடு வாளோ மேகலை? தாயின் சாபம் பிள்ளையைத் தொடருமோ?

அம்பலத்துள் மிடுக்குடன் நுழையும் மேகலையின் எழிற் கோலத்தைக் கண்ணுற்ற சுதமதிக்கு ஆற்றாமை பெருகிற்று.

அம்பலத்துள் தமிழாய்ந்த அறிஞர்களின் உக்கிரமான சொற்போர்.

பேடிக்கூத்தைக் காணத் திரண்டிருக்கும் கூட்டத்தில் ஒரு தசமம்கூடத் தேறாது. இந்திரவிழாவுக்குப் பொருந்தாத நிகழ்வாயிருக்கலாம் இப்பட்டிமண்டபங்கள். பேடிக்கூத்தை ரசித்த கண்கள் வேறெதன்மீது நாட்டம் கொள்ளும்?. தத்துவத் தேடலும் சத்திய வேட்கையும் தமிழருக்கு இனிப் பழங்கதை களாகுமோ?. கண்ணகி எரித்திருக்க வேண்டியது காமன் கோலோச்சும் இப்புகாரினையே அல்லாமல் மதுரையை அன்று. அவள் உற்ற கொடிய துயரங்களுக்குத் தூண்டுதலாய் இருந்த தல்லவா இச்சம்பாபதி?. அரசியல் பிழைத்த பாண்டியன் பாவம், முட்டாள். தன் நா உரைத்த சொற்பிழையின் விளைவான கொடிய மரணங்களை அறிந்ததும் அரியணை துறந்து வீழ்ந் தானே, கண்ணகி எடுத்துரைத்த புகாரின் பெருமைகளெல்லாம் பழங்கதைகள் என்பதை அறியாத பேதை அவன்!. அம்பலத்தில் கடைவாயில் நுரை ததும்ப அதே பழம்பெருமைகளைப் பேசித் திளைக்கிறார்கள் பண்டிதர்கள். ஆவின் கடைமணி நீர் நெஞ்சு சுடத் தன் அரும்பெறற்புதல்வனை யாழியின் மடித்தோனின் நீதிவழுவா நெறிமுறைகளை எடுத்துரைக்கும் தோடுடை அடி களாருக்குக் கண்ணீர் பெருகுகிறது. முன்வரிசையில் அசைவற்ற வர்களாய் அமர்ந்திருக்கும் பார்வையாளர்கள் தவிக்கிறார்கள்; பெருமூச்சுவிடுகிறார்கள். அவர்களுக்கும் கண்ணீர் பெருகுகிறது. பிறகு சப்தமின்றி எழுந்து தாழக்குனிந்தவர்களாய் ஒவ்வொரு

வரும் வெளியேறிப் போகிறார்கள். உணர்வுகளின் தாள முடியாத கொந்தளிப்புகளாலன்று. கூத்தாடும் கணிகையரின் யாக்கைகளைக் காணும் துடிப்பாயிருக்கும். நாடக மகளிரின் திறந்த முலைகளையும் கொழுத்த தொடைகளையும் கொண்டு சதுக்கபூதத்திற்கு விருந்து படைக்கிறான் மாமன்னன் சோழன். மூன்றாம் தமிழுக்குத் தீராத அவமானத்தைத் தேடித் தந்திருக்கிறது இக்காவிரிப்பூம்பட்டினம்.

சொற்போரைத் தொடங்கிவைத்துவிட்டு எழுந்துபோய் விட்டானாம் மன்னன். அரச சபைக்கன்று; அந்தப்புரத்திற்கு. இலவந்திகைச் சோலையில் தனது கூத்திமார்களுடன் கூடிப் பொழில் விளையாடிக்கொண்டிருப்பான். இளைய குமாரனோ துறவியொருத்தியின் மரவுரி களைத்து, அவளது இளமுலை காணப் புகாரின் நலங்கெழு வீதிகளில் மதம் கொண்ட வேழமாய் அலைந்து திரிகிறான். கடுகிவிரையும் அவனது புரவிகளின் குளம்படி கேட்டதும் கலைந்தோடுகிறது கன்னியர் கூட்டம். சவுக்கைச் சொடுக்கித் தேர் செல்ல வழியமைத்துக் கொண்டு முன்னால் போகிறது, அரசிளங்குமரனின் மெய்க் காவற்படை. காண்போர் ஒவ்வொருவரையும் வாள்முனைகளில் நிறுத்திக் கேள்விகளால் துளைத்தெடுக்கிறார்கள் பேரரசின் புரவிப் படையினர்,

"கணிகை மேகலை எங்கே? எவ்வழி போனாள் அப் பேரழகி?." தட்டிக்கேட்பார் எவருமே இல்லை. துச்சாதனன் சபையாயிற்று இச்சம்பாபதி.

"மரவுரி தரித்திருக்கும் இத்துறவி யார்? இந்திரனோடு இக்களியாட்டங்களைக் காணவந்திருக்கும் வித்யாதரப் பெண்ணோ?"

"துறவியல்ல, கணிகை மாதவியின் புதல்வி. தோளிலும் மார்பிலும் தொய்யல்வரிக்கோலம் பூண்டு, வட்டுடையணிந்து சதுக்கங்களில் பேடிக்கூத்துப் பயில வேண்டிய இப்பேரழகியை மரவுரி துறவியாக்கி உவவனம் போகச்சொல்லிக் கட்டளை யிட்டிருக்கிறாள் அப்பரத்தை."

"அப்படியானால் எனக்கு இப்போது கள்ளுண்ண வேண்டாம். இவள் திருவடி பற்றி நானும் உவவனத்திற்குப் போவதாயிருக்கிறேன்!"

"நீ என்ன சொல்கிறாய்?"

அம்பலத்துள்ளும் துச்சாதனர்கள். ஈசனின் தோடுடைய செவிகள் இன்புறக் களிப்பின் சில சொற்றொடர்கள்.

"அரச கடமைகளைத் துறந்துவிட்டு இப்பேரழகிக்காக உவவனத்தைத் தேடிச் சென்றுகொண்டிருக்கிறான் இளவரசன்.

அவன் கண்ணில்பட்டுவிட்டால் தொலைந்தாய்! பிறகு சிரசு கழுத்திலிருக்காது!"

"இவளுடைய ஒரு முத்தத்திற்காக உயிரை இழக்கவும் நான் தயார்!"

"கதிர் மேற்கில் விழுவதற்குள் இவளைக் கவர்ந்துசெல்லச் சபதம் செய்திருக்கிறானாம் அரசிளங்குமரன்!"

"அப்படி நடக்குமானால் புகாரின் நாளைய பேரரசி இவள்தான் அல்லவா?"

"சில நாட்களுக்குப் பிறகு கணிகையர் கோட்டத்தின் எழிலரசியாவாள். உன் ஆசையும் ஒரு நாள் நிறைவேறும் அப்பனே, மனந்தளராதிரு!"

பிடரிக்குப் பின்னே எக்காளச் சிரிப்பு. புண்ணிய நல்லுரையையும் பொருட்படுத்தாத எக்காளம். அடைக்கலம் கோர ஓரிடமும் இல்லை. அம்பலத்துள்ளும் நுழையுமாக்கும் அரசிளங்குமரனின் பொற்றேர்.

"புறப்படு மேகலா, போய்விடலாம்."

"எங்கே? உவவனத்திற்கோ?"

"நமக்கு வேறு புகல் ஏது?"

"அங்கு வரமாட்டானோ உதயகுமாரன்?" அவள் குரலில் நடுக்கம். செவ்வரி படர்ந்த விழிகளில் ததும்பிநின்றது கண்ணீர். சுதமதி பெருமூச்செறிந்தாள். அவளிடத்தும் பதிலில்லை. புகலின்மையின் துயரத்தினுள் அவளை மூழ்கடிக்கவும் விருப்ப மில்லை சுதமதிக்கு,

"சம்பாபதி நம்மைக் கைவிடமாட்டாள் மேகலா."

"தவறினாலோ?" அச்சம் தீரவில்லை அவளுக்கு. சுதமதி மௌனம் கொண்டாள். அம்பலத்திலும் அமைதி. சொற்போருக்கிடையே சிறிது ஓய்வு. தாம்பூலம் தரித்துக்கொண்டிருந்த தமிழறிஞர்களுக்குள்ளும் களியாட்டத்தின் கள்ளப்பார்வை. சுதமதி எழுந்தாள், "அப்பொழுது நடக்கும் மேகலா, ஒரு காமனெரிப்பு."

சதுக்கங்களைத் தவிர்த்துப் புலையர்களும் சாக்காட்டுப் பறையர்களும் வசிக்கும் ஒற்றையடிப்பாதையில் நடந்தார்கள். தாழப்பறந்து சிரசைக் கோதிச்சென்றன வல்லூறுகள். தொலைவிலெங்கோ சாப்பறை கேட்டது. பேராந்தைகளினதும் கோட்டான்களினதும் தசைவெறி கொண்ட கூக்குரல்கள். "பயந்துவிட்டாயா மேகலா?"

"புகாரின் அணிபூண்ட தெருக்களைவிடவும் அச்சம் தருவதாயில்லை சுதமதி, சாக்கோட்டம் செல்லும் இக்குறுகிய வழி."

சுதமதி புன்னகைத்தாள்.

"இம்மதிலையடுத்துள்ள சாக்கோட்டத்தில்தான் என்னை நிராதரவாக விட்டுவிட்டுப் போனான், வஞ்ச விஞ்சையன். அப்பொழுது நடுநிசியாயிருந்தது மேகலா."

முன்நடந்த மேகலை நின்று திரும்பினாள்.

"உனக்குத் தெரியுமல்லவா என் வாழ்வின் கதை? பெரிய வேறுபாடுகள் ஏதுமில்லை மேகலா. உன்னைப் போலதான் நானும், என்னுடைய தந்தையாரின் வழிபாட்டுக்காக மலர் கொய்துவர வனமொன்றி புகுந்திருந்தேன். அதுவுமொரு பெருவிழாக் காலம். எங்கள் தொன்னகர் மாந்தர்களுக்கும் களியாட்டங்களின் திளைப்பு, மாருதவேகனின் கொடிய பார்வைக்கு உன்னைப் போலவே நானும் இலக்கானேன். சொன்னால் நம்பமாட்டாய் நீ, காமனின் பார்வை தீண்டப் பட்டுப் பிரக்ஞையிழந்தவளாய் நொடிக்குள் நான் அவன் வசமானேன். பிறகு கொஞ்சமும் கருணையில்லாதவனாக சாக்கோட்டத்தில் என்னைக் கைவிட்டுவிட்டு விண்ணேகினான் வஞ்ச விஞ்சையன். நான் கேவி அழுதேன். பிணங்களின் கருகல் நெடியைச் சுவாசித்தபடி ஒரு முழு இரவையும் அச்சாக் காட்டில் கழித்தேன். பின்னர் அடைக்கலம் தேடி இப்பெரும்பதி புகுந்ததும் கணிகையானதும் இறுதியில் துறவுபூண்டதும் உனக்குத் தெரிந்த கதைகளாயிருக்கும் மேகலா."

"ஆச்சரியமாயிருக்கிறது சுதமதி! உதயகுமாரனின் பொருட்டு என்னை எச்சரிப்பதற்காக எதையும் புனைந்து கூறவில்லையே நீ?"

பெருமூச்செறிந்தாள் சுதமதி.

"வாழ்வு எல்லோருக்கும் ஒரே மாதிரிதான் சிதைக்கப் படுகிறது மேகலா! எனக்கானாலும் மாதவிக்கானாலும் சித்ரா பதிக்கானாலும். பேராசை, துரோகம், நம்பிக்கை மோசடி . கடைசியில் மீள முடியாத துயரம். இவ்வரிசை அநேகமாக மாறுவதேயில்லை!"

பிறகு உவவனம்வரை மௌனமாக நடந்தார்கள்.

தும்பிகளின் குழலிசையும் வண்டினங்களின் யாழிசையும் சூழ்ந்த மருள்படுபூம்பொழில். வெயில் நுழையாக் குயில் நுழை பொதும்பர். மயில்கள் ஆட மந்திகள் ரசித்திருக்க அங்கு நடந்துகொண்டிருந்தது ஒரு பொதுவியல் கூத்து. தெளிந்த

மணிநீர்ப் பரப்பில் இரைந்த மலர்களிடை ஒரு விரைமலர் தாமரை, அருகே வீற்றிருந்தது ஓர் அரச அன்னம்.

"இனிப் பயப்படுவதற்கு ஒன்றுமில்லை மேகலா! மலர் கொய்துகொண்டு விரைந்து திரும்ப வேண்டும் நாம். ஏதேதோ கற்பனையில் துவண்டுபோயிருப்பாள் மாதவித்தாய்."

"துறவுபூண்டோருக்குத் துயரங்கள் ஏதுமில்லையே சுதமதி? ஊழ்வினையெனச் சொல்லி எக்கொடிய துயதையும் ஏற்றுக் கொண்டுவிடும் பக்குவம் கொண்டவர் தாயார்"

"உன் தாய் துறவியல்ல மேகலா. உன்மேல் கொண்ட பற்றின் காரணமாகவே அவள் மரவுரி தரித்தது; உன்னையும் தவச் சாலைக்குள் ஒளிந்துகொள்ளச் செய்தது. இல்லையென்றால் அரசனின் உரிமை மகளிரில் ஒருத்தியாய் இலவந்திகைச் சோலையில் பொழில் விளையாடிக்கொண்டிருந்திருக்க வேண்டும் நீ. அப்போது உன்னைக் கவர்ந்துசெல்வதில் அரசகுமாரனுக்கு இவ்வளவு தயக்கங்களும் ஏற்பட்டிருக்கப்போவதில்லை!"

"அப்படியானால் களியாட்டங்களின் இந்நாளில் என்னை இத்தெருக்களில் இறங்கிச் செல்லுமாறு தூண்டியது ஏன்? சொல் சுதமதி, சம்பாபதிக்குள் புகலற்றவளாய் அலைந்து திரியும்படியான இப்பதை பதைப்புக்கு அவளல்லவா காரணம்?"

சுதமதியிடம் ஒரு ஆழ்ந்த பெருமூச்சு, "உன் மன உறுதியைச் சோதிக்க நினைத்திருக்கலாம் உன் தாய். காதலின் வெம்மைக்கு ஈடுகொடுக்கிறதா உன் தவம் என்று பார்க்க முற்பட்டிருக்கலாம்!"

மேகலைக்கு ஆத்திரம் பொங்கிற்று, "பசித்திருப்பவனிடம் உணவைக் காட்டி ஆசைக்கனல் சுடர்விடுகையில் தட்டிப்பறித்து விடுவதற்கொப்பானது இது. அரசிளங்குமரனைச் சித்தம் கலங் கியவனாய்ப் புகாரின் தெருக்களில் அலையவிட்டுப் பார்க்கும் ஆசை கொண்டுவிட்டவளாய்த் தோன்றுகிறாள் மாதவித் தாயார்!"

அவள் விழிகளில் நீர் ததும்பிற்று; குரலில் நடுக்கம். "இது ஒரு வெஞ்சினம்; பழி சுதமதி. சிதைந்த மனத்தின் விபரீத விளையாட்டு."

"அது ஒரு காமனெரிப்புமாகும் மேகலா! பழியென்றாலும் அது காமன் கோலோச்சும் இந்நகரின் மீதாயிருக்கும். உன் மனம் படும் துயருக்கு நியாயமே இல்லை, மாதவியினுடை யதையும் சித்ராபதியினுடையதையும் விடக் கொடிதல்ல உன் துயர். ஓயாமல் துரத்தப்பட்டும் மீளவே முடியாத வகையில்

சிறைப்படுத்தப்பட்டும் துன்பங்களை ஏற்றிருக்கும் உடல்கள் அவர்களுடையவை." அவள் குரலும் உயர்ந்திருந்தது.

துறவியர் இருவரும் சிந்தனையில் ஆழ்ந்தோராய் மலர் கொய்திருந்தனர். மலரிதழ்களில் திளைத்துக்கிடந்த வண்டுகளில் சில மேகலையின் விரல்களை மொய்க்கத் தொடங்கின. அன்னங் களுக்கு அவள் நடைகண்டு நாணம். ஆண் மயிலொன்று தொலைவிலிருந்துகொண்டு அவளுடைய சாயலோடு தனது பேடையின் சாயலை ஒப்பிட முயன்று தவித்துக்கொண்டிருந்தது. களைப்பு மேலிட்டவர்களாய் வாகை நிழலில் மண்டியிட்ட மர்ந்தார்கள் இருவரும்.

புரவிகளின் குளம்படிச் சப்தம் கேட்டது.

"அரச குமாரனோ?"

துணுக்குற்றெழுந்தாள் மேகலை. தானும் எழுந்து அவள் தோள்களைப் பற்றி நின்றாள் சுதமதி, அவள் விழிகள் கூர்ந்தன. "புரவிப் படைகள் சூழ அரசகுமாரனின் தேர் வந்துகொண்டிருக் கிறது மேகலா."

மேகலையின் விழிக்கயல்களில் பதற்றத்தின் துடிப்பு. "புறமுது கறியாப் பெரும்படைக்குப் புதுப்பெருமை சேர்க்க முற்பட்டிருக் கிறான் சோழ இளவல், இல்லையா சுதமதி?"

அவள் கடை இதழ்களில் அரும்பி மலர்ந்தது ஒரு வறண்ட புன்னகை. சுதமதி தவித்தாள். அவளது கைகளிலிருந்து நழுவிக் கீழே உருண்டது, கௌதமனுக்காகக் கொய்துவைக்கப்பட்டிருந்த மலர்களின் திருக்கூடை.

"மானுட தர்மத்திற்கு இனிச் சம்பாபதியில் இடமில்லை என்பதற்கான சாட்சியங்களாய் அமையப்போகின்றனவோ உவவனத்தின் இன்றைய நிகழ்வுகள்?."

மேகலை நடுங்கினாள்.

"என் பொருட்டு நேரப்போகிறதோ சாக்கிய தர்மத்திற்கு ஒரு பெருத்த அவமானம்?"

"புத்தனைப் பற்றியதல்ல மேகலா என் கவலை, கடையர் களுக்காகத் திறந்துவைக்கப்பட்டிருக்கும் ஒற்றைப் புழவழியும் உன்னோடு அழியுமோ என்றே அஞ்சுகிறேன்?"

பேரிரைச்சலுடன் உவவனத்தின் நுழைபுலத்தில் வந்து நின்றது உதயகுமாரனின் பொற்றேர். புரவிப் படையும் பின் தொடர்ந்து வந்த புழுதிப்படலமும் வனத்தின் மதில்களைச் சூழ்ந்தன. சொடுக்கிய சவுக்குடன் கீழே குதித்தான் இளங்

கோமகன். நிலம் நடுங்கியது, பூம்பொழிலின் நெடிய மரங்களும் அதிர்ந்து குலுங்கின. வழிநெடுகவும் உதிர்ந்த மலர்களின் குருதிக் கோலம். மிதித்து நடந்த உதயகுமாரனின் கண்களுக்குள் பூத்திருந்தன செவ்வலரிமலர்கள்.

"காப்பாற்று சுதமதி!" என்று தோழியைச் சரண்புகுந்தாள் மேகலை.

"அச்சம் அடைக்கலமாவதில்லை மேகலா, அப்பளிக்கறைக் குள் புகுந்துகொள். உள்ளிருக்கும் பௌத்த பீடிகை அரசிளங் குமரனின் சவாலை ஏற்கிறதா பார்க்கலாம். நான் இவ்விடத் திலேயே இருப்பேன். அரசகுமாரன் முதலில் எனக்குப் பதிலளிக் கட்டும்!"

பதற்றம் மேலிட்டவளாய்ப் பளிக்கறைக்குள் நுழைந்து தாளிட்டுக்கொண்டாள் மேகலை. பிறவியின் செருக்கோடும் வேட்கை கொண்ட கண்களோடும் தன் காலடிகளில் நசுங்கும் மலர்களையும் பொருட்படுத்தாது வந்தான் உதயகுமாரன். களைத்த முகம், புழுதி மூடிய மணியாடை, கலைந்து புரளும் கேசக்கற்றைகள். தணியாத காமத்துடன் புகாரின் தெருக்களில் அலைந்து திரிந்திருக்கிறான் சோழ இளவல்.

மாருதவேகனோ? அவள் உள்ளத்தைத் தூண்டி நிறை கெடுத்த வஞ்ச விஞ்சையனோ? சுதமதி நிமிர்ந்தாள்; எதிர் கொண்டு அவன் வழிவந்து மறித்தாள், "அறவோர் உறையும் இடமாகும் இளவரசே இவ்வுவனம். இது செங்கோண்மை யாகாது, தயவுசெய்து இங்கிருந்து வெளியேறி விடுங்கள்!"

அவனுக்கோ சினம் பொங்கியது,

"அறவோர் யாருக்கும் துன்பம் தரும் பொருட்டல்ல நான் இங்கு வந்திருப்பது. காதலின் தீராத துக்கத்தால் பீடிக்கப் பட்டவனாய் என் காதற்கிழத்தி மணிமேகலையைத் தேடிவந்திருக் கிறேன், எங்கே அவள்?." நிற்க முடியாமல் அவன் கால்கள் தவித்தன, சிவந்த விழிகள் வனத்தின் திசைகளைத் துளைத்தன.

"காதலன்று, காமம் இளவரசே! அரசர்களுக்குக் காதலின் தர்மத்தை ஒருபோதும் புரிந்துகொள்ள முடிந்ததில்லை. உமது அரண்மனைக்குள் இருக்கிறது கணிகையர் சோலை."

"காதலும் காமமும் வெவ்வேறானவைகளோ சுதமதி? அவள் பொருட்டுச் சோழப் பேரரசின் ஆயிரமாண்டுப் பெருமை யைச் சீர்குலைத்திருப்பவன் என்ற அவப்பெயரை ஏற்றுள்ளவன் நான்! எனது உள்ளக்கிடக்கையைப் புரிந்துகொள்ள வல்லவள் மேகலை, எங்கே அவள்?"

சுதமதி வியந்தாள்; பெருமூச்செறிந்தாள், "தவநெறியேற்ற துறவி அவள்; பற்றுதல்களை உதிர்த்து மரவுரி தரித்திருப்பவள். அவளை அடைய நினைப்பது அறமாகாது இளவரசே!"

அரசிளங்குமரன் சிரித்தான், "துறவியல்ல அவள், பரத்தை. நாடகமாடும் கணிகை மாதவியின் புதல்விக்கு அரசனது காதலின் வெம்மையைத் தீர்ப்பதல்லாமல் வேறு அறமொன்றும் இல்லை. உன்னிடமிருந்து அறநெறிகளைக் கற்றுக்கொள்வதற்கல்ல நான் இங்கு வந்திருப்பது!"

அவளைப் பொருட்படுத்தாதவனாய் நடந்தான் உதய குமாரன். பளிக்கறையின் ஒளிரும் சுவர்களில் ஓர் எழிற் சித்திரம். செவி மருங்கோடிய செங்கயல் நெடுங்கண், மருள்படு பூங்குழல், கருங்குவளைப் புருவத்து மருங்குவளைப் பிறைநுதல், காந்தளஞ்செங்கை, வளரிள வனமுலைகளும் தளிரிடையும் கொண்ட பெண்ணொருத்தியின் பொற்றெழில் வார்ப்பு. பார்க்கப் பார்க்கத் திகட்டாத பேரழகு. தாளாத தவிப்புடன் தான் தேடிவந்த மணிமேகலையையும் மறந்தான் அரசிளங் குமரன். எவரின் வட்டிகைச் செய்தி இது? சித்திரமோ இல்லை சிற்பமோ? தூரிகையின் கோடுகளுமில்லை, உளியின் சுவடு களுமில்லை. வண்ணங்கள் குலையாத இவ்வெழிலோவி யத்தைத் தீட்டியவன் மயனோ?

உன்மத்தம் கொண்டவனாய்ப் பளிங்கின் ஒளிரும் சுவர் களைத் தழுவினான் இளங்கோ. தழுவி இதழ் பதித்து முத்த மிட்டான். அவனுக்குக் கண்கள் செருகின. தழுவிய கோலத்தில் பளிக்கறைச் சுவரில் சாய்ந்தான். மனம் உறைந்தது, பிரக்ஞை தப்பியது. வெகுநேரம் கழித்துக் கண்விழித்துப் பார்த்தபொழுதும் அப்படியே நின்றது அச்சித்திரம்.

சுடரும் அதன் விழிகளில் தளும்பி நின்றது கண்ணீர். தாள முடியாதவனானான் உதயகுமாரன். சித்திரமுமன்று, சிற்ப முமன்று. வெம்மை தீராமல் துரத்திவந்த அவன் உள்ளக்கிழத்தி மணிமேகலையே அவள். அச்சமும் நாணமும் கொண்டு சிவந்த கண்கள். அவமானத்தால் குறுகிய மேனி. பளிக்கறைச் சுவரைப் பற்றிய கைகளில் தீராத நடுக்கம். துடிக்கும் செம்பவள இதழ் களில் துடிப்பை மீறியதொரு குறுநகை. சித்தம் கலங்கியவனாய் அப்பளிக்கறையைச் சுற்றிச் சுற்றி வந்தான் சோழ இளவல். பதற்றம் கொண்ட கண்களுக்கு அதன் கதவுகள் தெரியவில்லை. அந்தகனைப் போலத் தவிப்புடன் அதன் ஒளிரும் சுவர்களைத் தடவினான்; சிரசு கொண்டு மோதினான். கோமகனுக்கு வியர்த்தது; மூச்சிரைத்தது. செவிகளைத் துளைத்தது மெல்லிய நகையொலி,

“இப்பளிக்கறைக்குள் நுழையும் வழியெது? சொல் சுதமதி!” குரல் நடுங்கியது, குறுகிய மேனியும் நடுங்கியது,

“அதனுட்புக முற்படின் சாம்பலாவீர் இளவரசே!” அவளுக்கு இன்னும் சிரிப்புத் தீரவில்லை. அவன் தலைகுனிந்தவனானான். மனம் கொந்தளித்தது. அறம் கூறும் அவள் சொற்களில் ஒன்றுகூட அவன் செவிகளில் விழவில்லை.

“தனது வற்றிய முலைகளுடன் கணிகையர் கோட்டத்தில் பேராசையுடன் காத்திருக்கிறாள் முதிய கணிகை சித்ராபதி!. அவள் உதவியோடு காமன் கூத்து அரங்கேறும் இந்நள்ளிரவுக்குள் இவளை அடைவேன்.” சூளுரைத்துச் சிவந்த முகத்துடன் அங்கிருந்து வெளியேறினான் சோழ இளவல்.

திகைப்புற்றவளாய் அவன் சென்று மறைந்த திசையை வெறித்துக்கொண்டிருந்தாள் சுதமதி. மதிலுக்கப்பால் திரும்பிச் செல்லும் புரவிப்படையின் வன்மமான குளம்படி.

பளிக்கறையிலிருந்து வெளிவந்தவளுக்கோ தன் மனநிறையிழந்த துக்கம். விழிகளினின்றும் பெருக்கெடுத்த கண்ணீர் அவள் மரவுரி நனைத்தது. நடை பிறழ்ந்தவளாய்ப் பளிக்கறை வாயிலில் குறுகி நின்றாள் மேகலை.

“அழாதே மேகலா, உன் மனம்படும் துயர் எனக்குத் தெரியாததல்ல. இது பிறவியின் துயர். நிலைபெறா யாக்கையுடன் கூடிப்பிறந்த தவிப்பு. உன்னை ஆற்றுப்படுத்திக்கொள் தோழி!” தன் இருகரம் கொண்டும் அவளை ஆரத் தழுவிக்கொண்டாள் சுதமதி.

“தோழியல்ல, நீ எனக்குத் தாய். மாதவியோடும் கண்ணகியோடும் மற்றொரு தாயாய் ஆகுக நீ எனக்கு!.” தாயானவள் தன் மரவுரி கொண்டு அவள் கண்ணீர் துடைத்தாள்.

“நேரம் கடந்துகொண்டிருக்கிறது மேகலா. உவவனத்தின் நெடிதுயர்ந்த புன்னை மரங்களின் உச்சியில் படரத்தொடங்கிவிட்டது இருள்.” அவள் கூற்றின் குறிப்புணர்ந்தாள் மேகலை. அவளது மனத்துள்ளும் ஊடுருவியிருந்தன கவலையின் கதிர்கள்.

“எங்கே செல்வது சுதமதி? தவச்சாலைக்கா? நிறையிழந்த இம்மனதுடனா? சூளுரைத்துப் போயிருக்கும் இளைய குமாரனிடமிருந்து மீள்வது இனி எளிதாகுமா? எனது யாக்கையின் உறைவிடம் இனிக் கணிகையர் கோட்டமாகிவிடக்கூடுமோ என அஞ்சுகிறேன்.” சுதமதி பெருமூச்செறிந்தாள்.

“கணிகையர் கோட்டத்திற்கன்று, தவச்சாலைக்குமன்று. இவ்வுவவன மதிலின் புறத்தேயிருக்கிறது யாக்கையின் ஒரு யாகசாலை. பிறவியின் பெருவழியைக் கடக்கத் துணைபுரியும்

ஒரு புழவழி!" திரும்பிப்பாராது முன் நடந்தாள் சுதமதி. தானும் அவளைப் பின்தொடர்ந்தாள், தாயென அவளை வரித்துக் கொண்ட மேகலை. கொன்றையும் குருந்தும் செங்கால் வெட்சி யும் நெடிதுயர்ந்தோங்கிய உவவனத்தின் மேற்றிசை வானம் இருளத் தொடங்கியிருந்தது. புன்னையும் பிடவமும் தாழையும் செண்பகமும் பூத்துச் செழித்த கிழக்கில் தோன்றியெழுந்திருந்த முழுநிலவின் பாலொளியில் தீரா மௌனத்துடன் விரைந்து நடந்தனர் துறவியர் இருவரும்.

மதிலின் பரந்த மேற்பரப்பில் கூர்ந்த கண்களுடன் ஒரு கழுகுக்கூட்டம். மதிலுக்கப்பால் நிலவொளியில் மினுங்கும் கொற்றவை திருக்கோயிலின் கருத்த கோபுர நுனி. புழவழி திறந்து ஈமப்பெருங்காட்டின் காரையும் சூரையும் கள்ளியும் மண்டிய ஒற்றையடிப் பாதையில் காலடி வைத்ததும் மேகலை கேட்டாள், "இங்கு வரமாட்டானோ அரசிளங்குமரன்?"

சுதமதி சிரித்தாள். "களிப்பைப் போற்றுகிறவர்கள் எவரும் உயிர் பொதிந்த யாக்கையுடன் இக்கோட்டத்திற்கு வரத் துணிய மாட்டார்கள் மேகலா!"

காடமர்செல்வி கொற்றவை உறையும் திருக்கோயிலின் முற்றத்தில் ஓங்கி வளர்ந்த ஒடுவை மரங்களின் கிளைகள் ஒவ்வொன்றிலும் உயிர்க்கடனிறுத்த மறவர்களின் மட்கிய தலைகள்; கிளைகளில் சிகையை முடிச்சிட்டுக்கொண்டு, தாமே தமது கழுத்தை அறுத்துக் கொற்றவைக்குத் தம் இன்னுயிரை யீந்த அவிப்பலியினர். சிதைந்து தொங்கிய கபாலங்களைக் கழுகுக் கூட்டமொன்று கொத்திப் பசி தீர்த்துக்கொண்டிருந்தது. விழுப்புண்ணேற்ற அம்மறவர்களின் யாக்கைகளின் எச்சங்கள் திருக்கோயில் வாசலில் குவிந்துகிடந்தன. எங்கும் வீசிக்கொண் டிருந்தது யாராலும் சகித்துக்கொள்ள முடியாத கொடிய துர்நாற்றம்.

"இப்பெருவழி நடந்திருப்பானோ புத்தன்?"

சுதமதி அவளுக்குப் பதில் சொல்லவில்லை. ஓங்கியெரியும் எண்ணற்ற சிதைகளின் செந்தனலொளியில் விரிந்துகிடந்தது ஈமப்பெருங்காடு. மண்ணாலியன்ற மண்டையில் உலைநீர் பெய்து, சிதை நெருப்பிலிட்டு சோறு சமைத்துண்ணும் சுடலை நோன்பிகளையும் சிதைந்த கபாலங்களையும் உடைந்த எலும்பு களையும் மாலைகளாகத் தொடுத்தணிவித்துக்கொண்டு பத்மாசனத்திலிருக்கும் விரத யாக்கையர்களையும் கண்ணிமைக் காது பார்த்தபடி மெல்ல நடந்துகொண்டிருந்தாள் அவள்.

சாக்காடெனினும் இங்கும் தொடர்கிறது கொண்டாட்டங் களின் பேரிரைச்சல். பெருங்காட்டின் வெள்ளிடை மன்றத்தில்

பிறகொரு இரவு   ✶ 33 ✶

பிணவூண் மாந்தர்களின் வெறிக்கூத்து. இறந்த உடல்களின் நிணமும் தசையும் கலந்து பிசைந்த ஊணினையுண்டு களிப் பெய்தியவர்களாய்க் கூத்தாடும் பெருவயிற்றுப் பிறவிகள். இதனோடிசைந்து துறவோர் இறந்த தொழுவிளிப் பூசலும் பிறவோர் இறந்த அழுவிளிப் பூசலும் நெஞ்சு நடுக்குறும் நெய்தல் ஓசையும் அலையென எழுந்து அவர்களை நடுக்கமுறச் செய்தது.

காமனின் கோட்டத்திலிருந்து காலனின் கோட்டத்திற்கு, தவச்சாலையிலிருந்து யாகசாலைக்கு.

நல்ல பயணம்தான். ஆனால் தலைகீழாகவல்லவா இருந் திருக்க வேண்டும்? அப்படியானால் புகாரின் தெருக்களில் கொண்டாட்டங்கள் வேறுவிதமாயிருந்திருக்கும். சதுக்கங்களில் கணிகையரின் பேடிக்கூத்துக்களன்று, காமன் கணையெரிக்கும் பேய்க்கூத்துகளே அரங்கேறுவதாயிருந்திருக்கும். களிப்பின் திருவிழாக்களுக்குப் பதில் காலனையஞ்சும் வழிபாடுகள் புரிவ தாயிருந்திருக்கும் இச்சம்பாபதி!

காவலுறும் பணிக்குக் கைமாறாகக் கணிகைக் கூத்தைக் கேட்டு மிரட்டுவதாயிருந்திருக்காது சதுக்கபூதம். இந்திர விழாவே இல்லாமல் போயிருந்திருக்கும். இந்திரனும் இந்நகருக்கு வந்திருக்க மாட்டான். உன்மத்தம் கொண்டு சொடுக்கிய சவுக்கோடு கணிகையர் கோட்டத்தில் அலைந்து திரிபவனாய் இருந்திருக்க மாட்டான் இளையகுமாரன். கணிகையர் கோட்டமன்று அறக்கோட்டங்கள் நிரம்பியதாயிருந்திருக்கும் இச்சம்பாபதி. பெற்ற செல்வமனைத்தையும் கணிகையின் காலடிக்குச் சமர்ப் பித்துவிட்டு, வறியவனாய்ப் பிழைக்கும் வழிதேடி மூதூரினை யடைந்து கொலைக்களமேகிய வாழ்வாய் இருந்திருக்காது கோவலனின் வரலாறு. இழிசொற்களுக்கு அஞ்சித் தவச்சாலை யெனும் கூட்டில் ஒளிந்துகொண்டு தன் அருந்தவப் புதல்வியை மலர்கொய்து வரச்சொல்லிப் போக்கிரிகள் நிரம்பிய தெருக்களில் இறக்கிவிட்டிருக்கமாட்டாள் மாதவி. மரவுரி தரித்தவளாய்த் துர்நாற்றத்தைச் சகித்துக்கொண்டு இவ்வீமப்பெருங்காட்டை அடைக்கலம் கொள்ளும் நிலை வந்திருக்காது இச்சின்னஞ்சிறிய கன்னிகைக்கு.

வஞ்ச விஞ்சையனும்கூட வந்திருக்கமாட்டான். நிறையிழந்த வளாய், மீண்டு செல்லும் வழியறியாது இச்சாக்காட்டின் புகைமண்டிய வெளியில் நிராதரவாய்த் தவித்துக்கொண்டிருக்க வேண்டிய நிலைக்குத் தானும் தள்ளப்பட்டிருக்கமாட்டோ மென நினைத்தாள் சுதமதி. ஆனால் துரதிருஷ்டவசமாக வாழ்வின் பயணம் மாற்றியமைக்கப்பட்டுவிட்டது. தாள முடியாததாய் மனிதனின் மேல் சுமத்தப்பட்டுவிட்டது வாழ்க்கை. கடவுளர்களுக்கு மனிதனின் மேல் என்ன பழியோ?.

“என்ன யோசனை மேகலா?” ஈமப்பெருங்காட்டின் காவலர் முற்றத்தில் தன்னை அடுத்துப்படுத்திருந்த மேகலையின் நெடு மூச்சறிந்து கேட்டாள் சுதமதி,

“புலவூண் உயிர்களால் சூழப்பட்டிருக்கும் இப்பெண் ணுடன் யாருடையதாயிருக்கும் என்று யோசிக்கிறேன் சுதமதி!” நிலவின் குளிரொளியிலும் சிதையின் ஓங்கிய தணலொளி யிலும் சுடரும் அவள் விழிகளில் கண்ணீரின் பளபளப்பு. ஊண் தசையீந்திடும் அறவோர் சிலர் அப்பொழுதுதான் ஒரு பெண்ணு டலைக் கொண்டுவந்து வெள்ளிடை மன்றத்தில் கிடத்திவிட்டுப் போயிருந்தனர்.

“தவச்சாலையிலோ கணிகையர் கோட்டத்திலோ பெரு வணிகர் உறையும் நலங்கெழு வீதிகளில் ஒன்றிலோ அவளைப் பார்த்த நினைவு. சரியாகச் சொல்ல முடியவில்லை சுதமதி.”

“யாரானாலும் ஒன்றுதான்!” என்றாள் சுதமதி. படுத் திருந்தவள் எழுந்து அவள் முகம் நோக்கினாள். கூர்ந்த விழிகளில் சிதையின் செவ்வொளி. “கணிகையோ கன்னிகையோ செல்வரோ வறியரோ அந்தணரோ சண்டாளரோ யாரானாலும். உயிர் நீங்கிச் சென்றபின் யாக்கைக்கு எந்த அடையாளமுமில்லை மேகலா”

ஏற்கனவே அப்பெண்ணின் யாக்கையைப் பிளந்துண்ணத் தொடங்கியிருந்தன அவ்வீமப் பெருங்காட்டின் புலவூண் உயிர்கள். செம்பஞ்சுக் குழம்பால் சித்திரம் தீட்டப்பட்ட அவளுடைய பொற்பாதங்களில் ஒன்றைக் கவ்விச் சென்ற நீள்முக நரியொன்று காஞ்சிரை மண்டிய புதரில் ஒளிந்து கொண்டு களிதாளாமல் ஊளையிட்டது. மேகலை அணிசெய்த அவளது அல்குலைக் குடைந்துண்டு பசி தீர்த்துப் பறந்தது மூப்பற்ற ஒரு பருந்து. கபாலவிரிசலில் கசிந்துவழிந்த மூளைச் சதையை நக்கிச் சுவைத்துக்கொண்டிருந்தது பிறந்து சில நாட்களேயான ஒரு பூனைக்குட்டி. அவள் முலையொன்றைப் பிய்த்துண்ணும் தீநாயின் உறுமல் கேட்டு அச்சம் தாளாததாய் அங்கிருந்து ஓடித் தன் தாயின் காலடியில் பதுங்கிக்கொண்டு வேடிக்கை பார்த்தது அச்சிறுகுட்டி. வெள்ளிடை மன்றத்தில் வந்துவிழுந்த இன்னொரு உடலைத் தேடி எல்லா உயிர்களும் அவ்விடம் விட்டகன்ற பின்பு அப்பெண்ணின் யாக்கையில் எஞ்சியிருந்தது விழிகள் தோண்டப்பட்டுச் சிதைந்த கபாலமும் நிணம் பூசிய கார்குழல் சிகையும் முனையுடைந்த ஒற்றை முலையும் மட்டுமே.

“போய்விடலாம் சுதமதி.” என நடுங்கினாள் மேகலை. அவளுக்கு நாக்குழறிற்று.

“ஆனால் எங்கே? நமக்கு வேறு புகலெது மேகலா?”

பதிலற்றவளாய்த் தவித்தாள் மேகலை.

"கொடியவையாய்த் தோற்றமளிக்கும் இவ்வுயிர்களுக்குப் பேராசையொன்றுமில்லை மேகலா. உயிருடனிருப்போரை அவை தீண்டுவதுமில்லை."

மேகலையிடம் உரத்த தேம்பல், "அப்படியானால் இனித் திரும்புதல் இல்லையேயோ? சொல் சுதமதி!"

நெடுநேரம் மௌனம் கொண்டாள் சுதமதி. தொலைவில் சாப்பறை முழங்கிற்று. கொற்றவை கொயிலில் ஓநாய்க் கூட்டங்களின் தீராத ஊளை. முடிவேயில்லாதவையாய் வந்துறும் தசைக்கூட்டம் தின்றும் தணியாத பசியுடன் அலையும் பெருவயிற்றுப் பிறவிகள். சுழன்றெரியும் ஒரு சிதை நெருப்பின் களிக்கூத்தை ரசித்துக்கொண்டிருந்தாள் சுதமதி.

"உண்டென்றாலும் அது வேறு கோலத்தில், வேறொரு தோற்றம் கொண்டே இருக்க முடியும் மேகலா!"

எனினும் அவள் விம்மல்கள் தணியவில்லை.

"நீ சற்று ஓய்வெடுத்துக்கொள் மேகலா. சிறிதளவேனும் உறங்கு. இரவு கழியட்டும்."

ஒரு சிசுவாய் அவளைப் பாவித்து மடியிலிட்டுத் தாலாட்டினாள் சுதமதித் தாய். மேகலை கண்ணயர்ந்தாள். அவளுக்கும் களைப்பு. எனினும் மனம் தவித்தது. மேகலையின் சந்தேகம் பொருளற்றதல்லவோ? திரும்புதல் இனி இல்லையென்றால் எஞ்சிய வாழ்வு இவ்வீமப் பெருங்காட்டில் கழிதலாகுமோ? சுடலை நோன்பிகளாய் மண்டையோட்டில் சமைத்துண்டபடியோ? யாக்கைகளின் நிணமும் சதையும் புசித்து வாழும் பிணவூண் மாந்தர்களாகத்தானோ? இக்கொற்றவைத் திருக்கோயிலின் முற்றத்து ஒடுவை மரங்களின் கிளைகளில் அவிப்பலியினராய்க் கபாலங்களைத் தொங்கவிட்டுவிட்டு வாழ்தலிலிருந்து விடுபடுதலே முடிவாகுமோ?

சம்பாபதியின் நலங்கெழு வீதிகளில் காமன் கூத்து தொடங்கியிருக்க வேண்டும். பேடிக்கூத்தாடும் கணிகையர்களின் பாதச் சலங்கைகளின் ஓசை ஈமப் பெருங்காட்டுக்கும் கேட்டது. எவருக்கும் இனி உறக்கமில்லை. இந்திரனேகூடத் தூங்கியிருக்க மாட்டான். அவனும் அவனுடைய தேவகணங்களும் போக்கிரிகளைப் போல் வேடம் புனைந்தவர்களாய்க் கணிகையர் கோட்டத்தில் சுற்றித்திரிவார்கள். கணிகைகள் அகலிகைகளல்ல. சாபம் பற்றிய அச்சமில்லாமல் அவர்களோடு களித்திருக்கலாம். தனது சூளுரையை நிறைவேற்றச் சித்ராபதியைச் சரணடைந்தவனாய் மணிமேகலைக்காகக் காத்திருப்பான் சோழ இளவல். மாமன்னனுக்கு இருக்கவே இருக்கிறது இலவந்திகைச் சோலை.

மலர் கொய்ய வரும் கன்னிகைகளுக்காக காவிரிப்பூம்பட்டினத்தின் பூம்பொழில்களில் காத்திருப்பார்கள் வஞ்ச விஞ்சையர்கள்.

சுதமதி புரண்டாள். அவள் மன அரங்கில் ஒரு ஊழிக் கூத்து.

வெள்ளிடை மன்றத்தில் கேட்டது வன்மமான பறையொலி. சலங்கைகளின் உக்கிரம் செவிகளைத் துளைத்தது. களியாட்டங்களைத் துறந்துவிட்டு இச்சாக்காட்டுக்கு வந்துசேர்ந்திருக்கிறது போலும் சம்பாபதியினது ஒரு யாக்கை.

அவள் விழிகள் திறந்தன.

எரியும் சிதையருகே கொற்றவைக் கூத்து. காற்றில் அலையும் நிணம் தடவிய கூந்தல்; சாம்பல் தீற்றிய உடலில் சிதைந்த எலும்புகளைச் சேர்த்துக் கட்டிய வட்டுடை; கழுத்தில் புரண்டது மண்டையோடுகளாலான ஒரு மாலை. உடைந்த கபாலங்களுக்குள் திணறிக்கிடந்தன அவளுடைய கூர்ந்த இளமுலைகள். கருத்த நிறம்; சிவந்து தொங்கும் நீண்ட நாக்கு; குருதி தோய்ந்த வாய்க்குள்ளிருந்து துருத்தி நீண்ட தசை கிழிக்கும் கொடிய பற்கள். தன் கால்களில் கட்டிய சலங்கைகள் துள்ளப் பேய்க் கூத்துப் பயின்றாள் கொற்றவை. கண்கள் குடையப்பட்ட சிரசொன்றை இடக்கையில் உயர்த்திப்பிடித்திருந்தாள். வலக்கையில் சுடர்விடும் ஒற்றை முலை.

அவள் பார்வை பட்டதும் கொற்றவை சிரித்தாள்.

“ஒப்பனை எப்படி? எனக்குப் பொருந்தியிருக்கிறதா சுதமதி?”

கொற்றவையன்று, நாடகமாடும் கணிகை மாதவியின் அருந்தவப் புதல்வி. சிரித்தபடி அருகில் வந்தாள் சுதமதி.

“வேறொரு கோலமோ? சம்பாபதிக்குத் திரும்பிச்செல்ல இது ஒரு தோற்றமோ?”

“புரவிப் படையுடன் சம்பாபதித் திருக்கோயிலருகே காத்திருக்கும் சோழ இளவலைப் பார்க்கும் ஆசை வந்துவிட்டது சுதமதி எனக்கு.”

சிரித்தாள் மேகலை. சாக்காடும் அஞ்சும் உரத்த சிரிப்பு.

“களியாட்டங்களின் பெரும்பதிக்கு, காமன் கூத்துகள் அரங்கேறிக்கொண்டிருக்கும் இந்நள்ளிரவில், இல்லையா மேகலா?” அவளுக்கும் சிரிப்பு.

“மரவுரி தரித்த துறவிக்குக் கூத்தும் தெரியுமோ?”

“துறவியன்று, கணிகை. பரத்தை மாதவியின் உதிரமாக்கும் நான்! எனக்குத் தெரியாதா ஊழியின் கூத்து?.”

தன் மேனியிலும் சிதைச்சாம்பலைத் தீற்றிக்கொண்டாள் சுதமதி. கொற்றவை திருக்கோயிலிலிருந்து சண்டாளர்களின் பறையொன்றையும் எடுத்துக்கொண்டாள்.

"அந்தணன் மகளுக்குத் தெரியுமோ புலையர்களின் பறைத் தொழில்?." வியப்புத் தாங்கவில்லை மணிமேகலைக்கு.

"அந்தணன் மகளென்றாலும் எனக்குள் எரிந்துகொண்டிருக்கிறது மேகலா இன்னும் தணியாமல் ஒரு சிதை!" சிதைந்த எலும்புகளின் ஒரு குன்றில் ஏறி நின்று அப்பறையினை அடித்தாள். அவள் மனத்தின் வன்மம் தாளத்தில் தெரிந்தது. மேகலை ஆடினாள். சிதையின் வெம்மை தாளாமல் அவள் மேனி குலுங்கியது. தாயின் உதிரம் சிசுவின் பாதத்தில் சுழன்றது.

"போதும் சுதமதி. நம் கூத்தைக் காணச் சதுக்கங்களில் காத்திருக்கிறது சம்பாபதி!"

"தீராத காதலுடன் நுழைபுலத்தில் காத்திருக்கிறான் சோழ இளவல், இல்லையா மேகலா?" சுதமதியின் சிவந்த இதழ்களில் ஒரு குறுநகைக் கூத்து.

தலைகீழான பயணம் பிறகு தொடங்கியது.

உயிர்களின் யாகசாலையிலிருந்து யாக்கைகளின் தவச் சாலைக்கு. சாக்கூத்தாடும் காலனின் கோட்டத்திலிருந்து களிக் கூத்தாடும் காமனின் கோட்டத்திற்கு.

பந்தங்களின் ஒளியில் சுடர்விட்டது காவிரிப்பூம்பட்டிணம். நுழைபுலத்தில் காத்திருந்த உதயகுமாரனுக்கு அவர்களை அடையாளம் காண முடியவில்லை. காமம் கொண்ட அவன் விழிகளில் அவர்களைக் கண்டதும் ஒரு நடுக்கம். பேய்களோ? பேய்க்கூத்துப் பயில ஈமப்பெருங்காடேகி ஒப்பனை தீட்டிக் கொண்டு திரும்பும் நாடக மகளிரோ?

சிரித்தபடி அவனைக் கடந்துசென்றனர் இருவரும்.

சதுக்கங்களில் காமன் கூத்துப் பயிலும் கணிகையரின் ஒப்பனை கலைந்த மேனிகளில் வியர்வை ஊற்றெடுத்துப் பெருகிக்கொண்டிருந்தது. கூத்தின் உச்ச அடவுகளில் காண் போரது மனங்களிலும் கூத்து. அவர்களை எதிரிடும் முகங்களில் கேலிப்புன்னகை.

"ஒருவருமே நமதிந்தக் கோலத்தைப் பொருட்படுத்தவில்லை மேகலா!" மேகலை புன்னகைத்தாள்.

"இன்னும் கூத்தைத் தொடங்கவில்லையே சுதமதி? அதற்குள் ஏன் பதற்றம்?"

நாளங்காடி பூதம் நின்று காவல்புரியும் சதுக்கம்வரை மௌனமாய் நடந்தார்கள். பூதத்தோடு தனிமையில் உரையாடிக்

கொண்டிருந்த களிமகனொருவனையும் உலக அறவியிலிருந்து வந்திருந்த இரவோர் சிலரையும் தவிர அச்சதுக்கத்தில் வேறு யாரும் தென்படவில்லை.

"இச்சதுக்கத்திலிருந்தே தொடங்குவோம் மேகலா, பிறகு வந்து சேர்ந்துகொள்ளட்டும் நமது பார்வையாளர்கள்!"

சதுக்கபூதம் காலூன்றி நிற்கும் உயர்ந்த பீடத்தின் மீது தனது பறையுடன் தாவி ஏறினாள் சுதமதி. மரவுரியை மடித்துத் தார்பாய்ச்சு கட்டிக்கொண்டாள். கொங்கைச் சேலையை அவிழ்த்துத் தலைக்குப் பாகை சுற்றினாள். பேடிக்கூத்தாடும் சம்பாபதியின் நாடக மகளிரைப் போலத் தானும் திறந்த முலைகளுடன் பறையை ஏந்திநின்றாள் அவ்வேதியர் குலத்தினள். பறையின் முழக்கம் சலங்கைகளைச் சுழற்ற மேகலை ஆடினாள். ஈமப் பெருங்காட்டின் வெள்ளிடை மன்றத்தில் பயின்றதைவிடவும் உக்கிரமான கூத்து.

பறையொலி கேட்டுத் திரண்டுவந்த பார்வையாளர் களுக்குக் குழப்பம்.

"யாராயிருக்கும் இம்மகளிர்? கணிகையரோ?"

"பூண்டுள்ள வேடமும் புரியவில்லை!"

"புகாரின் இன்றைய கொண்டாட்டங்களுக்குப் பொருந்தாத ஒப்பனை!"

"கண்ணகியோ?"

"புகாதை அழிக்க மற்றொரு முலையைத் திருகியெடுத்துக் கொண்டு வந்திருக்கிறாளோ?"

களிமகனொருவன் பதிலளித்தான், "முலையன்று, மண்ணில் செய்து சுண்ணம் தீட்டியதாயிருக்கும். சாம்பல் தீற்றிய மேனியில் இன்னும் அப்படியே இருக்கின்றன இரு முலைகளும்! மூன்றாம் முலை உலகில் ஒருவருக்குமில்லை!"

"உன் கணிதப் புலமையைக் கண்டு என் மெய்சிலிர்க் கிறது!."

பேரோசையுடன் சிரிப்பெழுந்தது. பறையின் முழக்கத்தை மீறிய ஓசை. அந்தணன் மகளுக்கு இன்னும் வன்மம் பெருகிற்று. மேகலை சுழன்றாள். தரையில் கால்பாவாமல் விசும்பில் உயர்ந்தெழுந்து தன் கூத்தைப் பயின்றாள்.

பின் தொடர்ந்துவந்து தானுமொருவனாய்க் கூட்டத்தோடு நின்று பார்த்துக்கொண்டிருந்த உதயகுமாரன் தவித்தான். அவனுக்கு மனம் கலங்கியது. பளிக்கறையின் ஒளிரும் சுவருக்குள் பதுங்கி நின்று அவனை உன்மத்தம் கொள்ளச்செய்த எழிற்

சித்திரம் இதுவோ? உருக்குலைந்த இக்கோலம் ஏன்? எதற்காக இப்பேய்க்கூத்து? மூச்சுவிட முடியாமல் திணறினான் சோழ இளவல். விசும்பில் எழும்பி நின்ற மேகலை அவன் நிலைகண்டு களிதாளாதவளாய்ச் சிரித்தாள். சிரிப்பல்ல அது. புலவூண் புசிக்கும் நீள்முக நரியின் தீவிளிக்கூவல். கேட்டவன் நடுங் கினான்.

சிரித்தபடி தன் கைகளில் தொங்கிய சிதைந்த கபாலத்தை நெடிதுயர்ந்து நின்றுகொண்டிருந்த நாளங்காடிப் பூதத்தின் தலையில் வைத்தாள் கணிகை மேகலை. தாங்க முடியாத துர்நாற்றம். பூதத்தின் மடித்த செவ்வாய் துடித்தது. தொடுத்த பாசம் நழுவிக் கீழே விழுந்தது. நூற்றாண்டுகளாய் வெறும் கல்லாய் நின்றபடி களியாட்டங்களை ரசித்துக்கொண்டிருந்த அப்பூதத்தின் உடலில் உயிரின் துடிப்பு. கல்லால் செதுக்கப்பட்ட கைகளை உயர்த்தித் தன் தலையில் வைக்கப்பட்ட அழுகிய கபாலத்தைப் பற்றியெடுத்தது அப்பூதம். பிறகு தன்னைச் சூழ்ந்து நின்று கூத்தை ரசித்துக்கொண்டிருந்த கூட்டத்திற்குள் வீசி யெறிந்தது.

விழுந்த கபாலம் பற்றியெறிந்தது. நழுவி விழுந்த உயிர் குடிக்கும் பாசத்தைத் தான் எடுத்துக்கொண்டாள் சுதமதி. பறையை முதுகில் சாற்றிக்கொண்டு சிதறும் கூட்டத்தில் பாசத் தைச் சுழற்றி வீசினாள், சண்டாளனின் வேடம் பூண்ட அவ் வேதியர் குலமகள். களியாட்டங்களின் தெருக்கள் எங்கும் மரண ஓலம்.

இளைய குமாரனுக்குச் சித்தம் கலங்கியது. திகுதிகுவெனப் பற்றியெரியும் புகாரின் நலங்கெழு வீதியையும் கருகி விழும் உயிர்களையும் இமைகொட்டாமல் பார்த்தபடி வெகுநேரம் உறைந்து நின்றான் இளங்கோமகன். பின்பு சுழலும் நெருப்பின் அலையும் செந்தணலொளியில் சுழன்று தானுமொரு கூத் தாடினான். சவுக்கைச் சுழற்றி எரியும் நெருப்போடும் தன் நிழலோடும் பொருதி நின்றான். அவனுக்கும் சிரிப்புப் பொங் கிற்று. அழுகையும் முட்டிக்கொண்டு வந்தது.

சுடரும் ஒற்றை முலையோடு அவனைக் கடந்துசென்ற மேகலையின் வெளிறிய உதடுகளில் ஒரு வறண்ட புன்னகை. அவள் கண்களுக்குள் நீர் தளும்புவதைக் கவனித்த சுதமதி நெடுமூச்செறிந்தவளாய் அவளைப் பின்தொடர்ந்தாள்.

தவத்தில் மூழ்கியிருந்த துறவி மாதவியின் மனத்தில் பேரமைதி. நெடுங்காலமாய் அவளை அலைக்கழித்த ஊழி தணிந்த பரவசம்.

பிறவியின் தீராத இழிவுகளிலிருந்தும் வாழ்வின் நிராசை களிலிருந்தும் விடுபட முடியாதவளாய்க் கணிகையர் கோட்டத்

தில் உழன்றுகொண்டிருந்த முதிய கணிகை சித்ராபதிக்கு அது ஒரு சாபவிமோசன நாள்.

நோயுற்றுத் தளர்ந்த அவள் தேகத்தில் களிப்பின் துள்ளல்.

தனது வற்றிய முலைகளில் முகம் புதைத்தவனாய்க் கணிகை மாதவியின் பெயர்சொல்லிப் பிதற்றும் ஆயிரங்கண்ணோனை இறுமாப்புடன் தழுவிக்கொண்டாள் அவள். அவனுக்கு அவள் பூண்டிருந்த ஒப்பனை புரியவில்லை. கள்ளின் போதையும் மீதூறிய காமமும் அவனது ஆயிரம் கண்களையும் குருடாக்கி யிருந்தன. அவனுக்கும் அது ஒரு சாபத்தின் விளைவோ? காமன் கணைகள் சித்ராபதியையும் விட்டுவைக்கவில்லையோ?

ஒரு வேடிக்கைக்காகவே அவள் அப்பொய்வேடத்தைப் புனைந்துகொண்டிருந்தாள். குங்குமக் குழைவினால் தோலின் சுருக்கங்களை மறைத்து, நரைத்த சிகைக்குச் சாயம்பூசி, பொய் முலைகளும் பொய்ப் பற்களும் தரித்தவளாய்க் கணிகையர் கோட்டத்தில் சுற்றிக்கொண்டிருந்தவள் போக்கிரி வேடம் பூண்டவனாய் மாதவியைத் தேடிக்கொண்டு அங்கு வந்திருந்த தேவேந்திரனின் கண்களில்பட்டது விதியின் விளையாட்டுகளில் ஒன்றோ?

அவள் அவனது எல்லாக் கண்களுக்கும் கணிகை மாதவி யாகவே தென்பட்டாள். பார்த்த மாத்திரத்தில் அவளைக் கவர்ந்து, தனது யானையின் மேல் ஏற்றி உய்யான வனத்தின் மலர்ப்படுக்கையில் கொண்டுவந்து கிடத்திய அப்போக்கிரியின் செயல்கண்டு முதலில் அவள் பயந்தாள். இந்திரனுக்கு உண்மை புரிந்துவிட்டால்? பூண்டுள்ள பொய் வேடம் தெரிந்துவிட்டால்? அதனால் என்ன? வேடங்கள் புனைந்து ஏமாற்றுவதில் யாருக்குச் சளைத்தவன் ஆயிரங்கண்ணினன்? புகாரினது இக்களியாட்டங் கள் அவனது கொடையல்லவா? ஆபுத்திரனின் அறம் முடிக்க அவன் தொடுத்த பாசம்!

தீராத வன்மத்துடன் அவனைத் தழுவினாள் சித்ராபதி.

கொண்ட காமம் தணிந்தபோது அவனுக்குத் தேகம் தகித்தது. ஆயிரம் கண்களிலும் தாள முடியாத எரிச்சல். யாரிவள்? கணிகை மாதவியா? தன்னால் வஞ்சிக்கப்பட்ட கோதமன் மனைவியா? ஒப்பனை குலைந்தவளாய்த் தன் முன்பு நின்று கொண்டிருந்த சித்ராபதியையும் அவனால் பார்க்க முடிய வில்லை. கண்கள் மறுபடியும் புண்களாயின அவனுக்கு. அந்த கனாய்த் தன் பட்டத்து யானை நின்ற திசையைத் தடவிச் சென்றான் தேவர்க்கரசன்.

புண்களின் துர்நாற்றம் தாள முடியாமல் ஐராவதம் பிளிறிற்று.

ஆயிரங்கண்ணோனை அதனால் அடையாளம் காண முடியவில்லை. தன்னைப் பற்றிக்கொள்ளவந்த நோய் முற்றிய மேனியனைச் சுழற்றி வீசிவிட்டு விசும்பில் எழும்பி மறைந்தது ஐராவதம். புண்களின் வெம்மை தாளாதவனாய்க் கதறினான் இந்திரன். இனி அவனுக்கு அடைக்கலமாவது கமலத்தண்டோ நாபிக்கொடியோ? இச்சம்பாபதியின் நலங்கெழு வீதிகளில் மனம் பேதலித்தவர்களாய் அலைந்துதிரிவோரில் அவனும் ஒருவனாவானோ? பூரித்த முலைகளுடன் உய்யான வனத்திலிருந்து வெளியேறிய சித்ராபதியின் இதழ்களில் ஒரு கள்ளச் சிரிப்பு.

'உன்னதம்', ஏப்ரல் 2003.

௸

சிகரெட் துண்டுகளும் உள்ளாடைகளும்

கடும் குளிராயிருந்த டிசம்பர் மாதத்தின் ஒரு சாயங்கால நேரத்தில் அவன் வந்து நின்றான். வெகு தொலைவிலிருந்து தூக்கத்தையும் ஓய்வையும் இழந்து, குறைந்தபட்சம் இரண்டு இரவுகள் தொடர்ந்து பயணம் செய்து வந்திருப்பவனாகத் தோற்றமளித்தான். அவனது அழுக்கேறிய உடைகளிலிருந்தும் களைத்துப் போன உடலிலிருந்தும் மட்கிய வியர்வை நெடி வீசிக் கொண்டிருந்தது. மங்கிக்கொண்டிருந்த சாயங்கால வெளிச்சத்தில், கதவுச் சட்டத்திற்கு வெளியே நீள் சதுர மாகத் தென்பட்ட வெளியில், பிரமை அல்லது கற்பனை எனச் சொல்லும்படியான தெளிவற்ற தோற்றத்தில் அவனது நெடிய உருவம் அசைவற்றதாக நின்றுகொண் டிருந்தது. நான் அவனிடம் ஏதாவது பேச விரும்பினேன்; அவனது வருகையால் ஏற்பட்ட பதற்றத்தின் விளை வாகக்கூட இருக்கலாம். ஆனால் அவன் என்னை அவ்வள வாகப் பொருட்படுத்தவில்லை. கதவைத் திறந்து வர வேற்கும் முறையில் எதையோ முனகிக்கொண்டிருந்த என்னைக் கிட்டத்தட்ட அப்புறப்படுத்தும் முறையில் தன் நீண்ட உறுதியான இடது கரத்தால் விலக்கிவிட்டு, 'சாரு... சாரு...' என மிக அந்தரங்கமான தொனியில் அழைத்துக்கொண்டே நேராக உள்ளறையை நோக்கி நடந்தான். தனது வலக்கை விரலிடுக்கில் புகைந்துகொண் டிருந்த, மிகமிக மட்டரகமான புகையிலையினால் தயாரிக்கப்பட்ட, இன்னும் பாதியளவுக்கு மேல் எஞ்சி யிருந்த சிகரெட் துண்டைத் துப்பரவாகப் பெருக்கப் பட்டிருந்த எங்கள் வீட்டின் நடுக்கூடத்தில் சுண்டியெறிந்து விட்டுப் போனான். அவனுடைய அந்தச் செய்கை மிக மிக மோசமான வன்முறையாகவும் எங்கள்மீது அவன் கொண்டிருக்கிற வரம்பற்ற அதிகாரத்தின் குறியீடாகவும்

தென்பட்டது. நான் உடனடியாக எனது ஆட்சேபணையை வெளிப்படுத்தவும் எதிர்த்துக் கூச்சலிடவும் அந்தக் கணமே அவனை அங்கிருந்து வெளியேற்றிவிடுவதற்கும்கூட விரும் பினேன். ஆனால் அதன் பின்விளைவுகள் பற்றிய கவன உணர் வுடன் எங்கள் மூவருக்குமிடையே நிலவி வரும் மிகப் புதிரான தும் அசௌகரியமானதுமான உறவும், நாங்கள் ஒவ்வொரு வரும் மற்ற இருவருடனும் நேரடியாகவும் மறைமுகமாகவும் செய்துகொண்டிருக்கிற ஒப்பந்தங்களும் எச்சரிக்கைப் புள்ளி களாகப் பிரக்ஞையில் தோன்றி என்னைச் செயலற்றவனாக்கி யிருந்தன.

எனக்குப் பக்கத்தில் கிடந்த, இணைப்புகள் தேய்ந்து போன என் மூதாதையர்களுக்குரிய பழைய மர நாற்காலியில் வீசியெறியப்பட்டதுபோல உட்கார்ந்துகொண்டேன். அறையின் விசாலத்துக்குப் பொருத்தமற்ற பலவீனமான மெழுகுச் சுடரின் ஒளி, கூடத்தின் விரிந்த பரப்பெங்கும் நிழல்களை அலைய விட்டுக்கொண்டிருந்தது. கதவைத் திறந்து மூடியிருந்ததால் உள்ளே நுழைந்திருந்த காற்று, மெழுகுச் சுடரை லேசாக நடுங்கச் செய்து அந்த நிழல்களுக்கு உயிருள்ளவை போன்ற ஒரு மாயத் தோற்றத்தை ஏற்படுத்தியிருந்தமையால் என் பதற்றம் அதிகரிக்கத் தொடங்கியது. இரண்டு சிறிய அறைகளையும் ஒரு கூடத்தை யும் கொண்ட இந்த வீட்டில் எனது எந்தவொரு இயக்கமும் தன்னிச்சையானதாக இருக்க முடியாது எனச் சோர்வுடன் ஒப்புக்கொண்டேன்.

மின்சாரம் எப்பொழுது மீள வரும் என்பதைப் பற்றிய நிச்சயமின்மை எனது சோர்வை மேலும் தீவிரப்படுத்தியது. சோர்விலிருந்து விடுபடுவதற்கான பலவந்தமான முயற்சியாக, ஏற்கனவே பலமுறை முயன்று பிறகு கைவிடப்பட்டுவிட்டவை யான எங்களுடைய கடந்தகால வாழ்வையும் அதன் எல்லா நிகழ்வுகளையும், அவை எங்களுடைய வாழ்வில் இதுவரை ஏற்படுத்தியுள்ளவையும் இனி ஏற்படுத்தவுள்ளவையுமான பாதிப்புகளைப் பற்றிய எனது யோசனைகளைத் தொடர முற்பட்டேன். யோசிப்பதற்கான தொடக்கக்கட்ட முயற்சி யாக வெறுமனே கண்களை மூடிக்கொண்டேன். இமைகளின் இருண்ட உட்சுவர்களில் விழிக்கோளங்களை உரசி உருட்டிய படியே, இந்த மர நாற்காலியில் ஒரு நோயாளியைப் போல மிகவும் அசௌகரியமான நிலையில் சரிந்து உட்கார்ந்திருந் தேன். வறையறுக்க முடியாத குழப்பமான கடந்த காலத்திற்கும் தீர்மானிக்க முடியாத எதிர்காலத்திற்குமிடையே நசுக்கப்பட்டு மூச்சுத் திணறிக் கிடக்கும் எங்களுடைய நிகழ் காலத்தின் இயக்கமற்ற தருணங்களில் இதுவுமொன்று. இயக்கமின்மை யின் மூலம் சோர்வா? அச்சமா?

இரண்டும்தான் தாஸ், ஒன்றுக்கு மற்றொன்று மூலம். சோர்வுக்கு அச்சமும், அச்சத்துக்குச் சோர்வும். நெருக்கடிகளிலிருந்து விடுபடுவதற்கு இரண்டே இரண்டு வழிகள்தாம் உள்ளன. ஒன்று நெருக்கடிகளின் மூல வேர்களைத் தேடி அவற்றை அழிப்பது, அல்லது அவற்றைப் பற்றிச் சிந்திக்காமல் இருப்பது. முதலாவது வழி உனக்குச் சாத்தியமில்லை. தாஸ், நீயும் மூலத்தின் ஒரு பகுதியாயிருக்கிறாய். ஆனால் சிந்திப்பதை நிறுத்துவதற்கு ஓர் அருமையான வழியுண்டு. சிந்தனையின் கண்ணிகளைத் துண்டிக்கும் ஆற்றல் பெற்றதாக்கும் ஆல்கஹால்! ஆனால் எனக்கென்னவோ குடித்தால்தான் மூளையே வேலை செய்யத் தொடங்குகிறது. தாஸ், மனித மூளை மற்றுமொரு புதிர் . . .

வேண்டாம். அமைதியின்மையை உருவாக்கும் அமைதியற்றவனின் குரல். அமைதியைப் பதற்றம் என நிறுவும் நுட்பமான மூளையைப் பக்கத்தில் வைத்துக்கொண்டிருக்கும் விஷப் பரீட்சைகள் இனி வேண்டாம். பதற்றத்தை உள்ளீடாகக் கொண்டதெனினும் சோர்வுற்ற மனம் அமைதியையே விரும்புகிறது. உள்ளீட்டை மறுத்துத் தோற்றத்தின் மேல் நம்பிக்கை வைப்பது மட்டும் கைகூடிவிட்டால் . . .?

ஆனால் கடவுளே, சாரு எங்கே? ‘சாரு, சாரு’ என அழைத்தபடி அவன் எங்களுடைய படுக்கையறையினுள் நுழைந்திருக்கிறானே! கலைந்த ஆடைகளுடன் அவள் இன்னும் தூங்கிக்கொண்டிருந்தால்? அலுவலகத்திலிருந்து திரும்பியவுடன் இப்படித் தூங்குகிற அவளுடைய வழக்கத்தை என்னால் ஒருபோதும் சகித்துக்கொள்ள முடிந்ததில்லை. அவளுடைய கண்கள் தூக்கத்திலும் எச்சரிக்கையாயிருப்பவை போன்ற பாவனையுடன் பாதி திறந்திருக்கும். அசைவற்று நின்றுகொண்டிருக்கும் அவளுடைய விழிக்கோளங்கள் பிரேதத்தை நினைவூட்டுபவை. பாதி திறந்த அந்தக் கண்களைப் பொருட்படுத்தாவிடில், ஒழுங்கு குலைந்த ஆடைகளினூடாகத் தென்படும் அவளுடைய வெற்றுடல் பாலுறவுக்கான வெளிப்படையான அழைப்பாகத் தோற்றமளிக்கும். ஒரே சமயத்தில் காமத்தையும் அருவருப்பையும் மூளச் செய்யும் அவளுடைய தோற்றத்தை எதிர்கொள்ளத் திராணியற்றவனாக அவ்வறையை விட்டு வெளியேறி, கூடத்தில் கிடக்கும் இப்புராதனமான மர நாற்காலியில் உட்கார்ந்துகொண்டு தீராத பதற்றத்துடன் படுக்கையறையினுள்ளிருந்து வரும் அவளுடைய இயக்கங்களின் ஒழுங்கற்ற சத்தங்களைக் கூர்மையாகக் கவனித்துக்கொண்டிருப்பேன். சில தருணங்களில் வசைகளையும் மறுப்பையும் பொருட்படுத்தாமல் அவளைப் புணர்ந்ததற்குக்கூட அவளுடைய ஒழுங்கு குலைந்த அந்தத் தோற்றமே காரணம்.

பிறகு அவள் தனது மரத்துப்போன உடலைச் சுமந்தபடி எழுந்து வந்து, ஒரு வார்த்தையும் பேசாமல் தேநீர் தயாரித்துக் கொடுத்துவிட்டுக் குளியலறைக்குள் நுழைந்துவிடுவாள். பிறகு அவளிடமிருந்து சாதகமான சமிக்ஞை வரும்வரை நான் எங்களுடைய படுக்கையறையினுள் நுழையமாட்டேன். இது எங்களுக்கிடையே நிலவிவரும் மிக ரகசியமான ஒப்பந்தம். இந்த ஒப்பந்தத்தைப் பொருட்படுத்தாமல், அதற்கும் எனக்கும் எந்தத் தொடர்பும் இல்லை, அது என்னைக் கட்டுப்படுத்தவும் செய்யாது எனத் திட்டவட்டமாக அறிவிப்பது போல, துப்பர வாகப் பெருக்கப்பட்டிருந்த கூடத்தின் மையப்பகுதியில் பாதி கருகிய சிகரெட் துண்டைச் சுண்டியெறிந்துவிட்டு எங்களுடைய படுக்கையறையினுள் நுழைந்திருக்கிறான் அவன். போகும் பொழுது, 'சாரு, சாரு' எனக் கூப்பிட்டுக்கொண்டு போனது தனது நாகரீக மேன்மையைப் பறைசாற்றிக்கொள்வதற்கான தம்பட்டம். ஒருவேளை உறக்கத்திலிருந்து விழித்தெழுந்து குளிய லறைக்குப் போயிருப்பாளோ? தனது வழக்கத்தை அனுசரித்துத் தேநீர் தயாரித்துக் கொடுத்துவிட்டுக்கூடப் போயிருக்கலாம்தான். பதற்றம் காரணமாக நிகழ்வுகளைத் தொடர்ச்சியாகவும் துல்லிய மாகவும் நினைவூட்டிக்கொள்வதிலிருந்து பிறழ்ந்து போயிருக்கு மோ எனது மூளை? நாற்காலியிலிருந்து கைக்கெட்டும் தொலை விலிருந்தது ஒரு தேநீர்க் கோப்பை. சற்று ஆசுவாசம் கொண்ட வனாக அதைக் கை நீட்டி எடுத்தேன். கோப்பையின் குளிர்ந்த அடிப்பாகத்தில் சிறிதளவு எஞ்சியிருந்தது தேநீர். சட்டென எனது மூளை நரம்புகளில் பரவியது சுய அருவருப்பின் கொடிய வேதனை.

உனது சந்தேகம் உன்னைக் கொன்றுகொண்டிருக்கிறது தாஸ்! அது ஒரு நோய். குணப்படுத்தப்பட முடியாத, இன்னமும் மருந்து கண்டுபிடிக்கப்படாத பெரு வியாதி. அது உன்னை அணு அணுவாகத் தின்றுகொண்டிருக்கிறது. உனக்காக அனுதாபப்படுவதைத் தவிர வேறு வழியில்லை.

சாரு இன்னும் குளியலறையினுள்தான் இருக்கிறாளா என்பதை என்னால் யூகிக்க முடியவில்லை. ஒருவேளை இப்போது அவள் உடை மாற்றிக்கொண்டிருக்கலாம். அவனது தற்போதைய வருகை பற்றிய எதிர்பார்ப்பு என்னைப் போலவே அவளுக்கும் கூட இருந்திருக்க வாய்ப்பில்லையாதலால் திடீரென ஓர் அந்நியன் தனது படுக்கையறைக்குள் பிரவேசிக்கும் நிகழ்வு அவளுக்கு அதிர்ச்சியை ஏற்படுத்தியிருக்கலாம். அதிர்ச்சிக்கும் அவன் யாரென அறிந்துகொண்டதற்குப் பின்பு உருவாகும் ஆசுவாசத்திற்கும் இடைப்பட்ட தருணத்தில் தன்னிச்சையான தொரு செயலாகக் கூச்சலிடவும் வாய்ப்பிருக்கிறது.

ஆனால் மயானம் போல அமைதியாக இருந்தது படுக்கைறை. அறையின் வாயிலில் தொங்கும் திரைச்சீலை சற்று முன்பு, அவன் நுழைந்த தருணத்தில் உருவான படபடப் பிலிருந்து விடுபட்டு அசைவற்றிருந்தது. ஒருவேளை அவன் இப்பொழுது, இந்தத் தருணத்தில், இங்கு வந்திருக்கவே இல்லை யோ? எல்லாம் பதற்றமுற்ற, நோயுற்ற மனதின் கற்பனையோ? முன்னர் எப்போதோ நிகழ்ந்தவைகளின் குழம்பிய நினைவோ? பீதியில் எனக்கு மேனி நடுங்கத் தொடங்கியது; குப்பென வியர்த்தது. ஆனால், அதோ நடுக்கூடத்தில் இப்போதும் புகைந்த படி உருண்டு கிடக்கிறது பாதி கருகிய நிலையிலான ஒரு சிகரெட் துண்டு. எனது மன ஆரோக்கியத்திற்கான தடயம். ஓசைப்படாமல் எழுந்து சென்று அதை, அதன் நுனியில் கனன்றுகொண்டிருந்த சிறு பொறியைத் தேய்த்து அணைத்து எடுத்துக்கொண்டேன். சாரு அவனது வருகை குறித்துச் சந்தோஷப்படமாட்டாளெனக் கற்பனை செய்துகொள்வதற்கு முயன்றேன். குறிப்பாக எங்கள் இருவருக்குமிடையேயான உறவில் ஓரளவுக்குச் சுமுகத் தன்மை படரத் தொடங்கியிருக் கும் ஒரு தருணத்தில். இந்தச் சுமுகத் தன்மையை அவள் வெறுக்கவில்லை என நம்புவதற்கான தடயங்கள் எங்களுடைய அன்றாட வாழ்வில் கூடிக்கொண்டிருந்தன. தற்போதைய அவனது வருகை இச்சுமுகத் தன்மையைக் குலைத்துவிடக் கூடும். அவனிடம் அதற்கான முனைப்பு இல்லாத போதுங் கூட. அவன் எங்கள்மீது கொண்டிருக்கும் அதிகாரத்தைப் பிரயோகிக்கவில்லையென்றாலும் இப்பொழுது நாங்கள் எங்களுடைய கசப்பான இறந்த காலத்தை நோக்கித் திரும்புவது தவிர்க்க முடியாதது. இறந்த காலத்திற்குரியவையென நாங்கள் நம்பிவரும் நெருக்கடிகள் முற்றாக இறந்துவிடவில்லையென்பதை யும் அவை எங்களுடைய படுக்கைக்குக் கீழே மூர்ச்சையுற்றுக் கிடக்கின்றன என்பதையும் நாங்களிருவருமே மறந்துவிடவில்லை தான். மூர்ச்சையுற்றுக் கிடக்கும் இறந்த காலத்தின் செயலற்ற உடல்களின் மீது நாங்கள் நிர்வாணமாகப் படுத்துக்கொண்டிருக் கிறோம். ஒருவர்மீது மற்றொருவர் தீராத அன்பும் காதலும் நம்பிக்கையும் கொண்டிருப்பதாகக் கிசுகிசுப்பான குரல்களில் சொல்லிக்கொள்கிறோம். அவற்றை நிரூபித்துக் காட்டுவதற்கு முற்பட்டவர்களைப் போல ஒருவரையொருவர் தழுவிக் கொள்கிறோம்; முத்தமிடுகிறோம்; புணர்கிறோம். புணர்ச்சிக்கும் புணர்ச்சிக்குப் பிந்தைய உறக்கத்திற்கும் இடைப்பட்ட தருணங் களில் புணர்ச்சியின் பரிசாக எங்களுக்குக் கிடைக்கவிருக்கிற குழந்தையைப் பற்றிய ஆசைகளைப் பகிர்ந்துகொள்கிறோம். உறங்கும்பொழுதோ எங்களுடைய கனவுகளில் இறந்த சிசுக் களைக் காண்கிறோம். பிறகு பீதியுற்றவர்களாய் விழித்துக் கொள்கிறோம். பீதியூட்டும் அந்தக் கனவுகளையுங்கூடப் பகிர்ந்து

கொள்கிறோம். பிறகு மறுபடியும் நாங்கள் புணரத் தொடங்கு கிறோம். தீராத புணர்ச்சியின் விளைவாக எங்களுடைய கர்ப்பம் கரைந்து வழியும் வாசனையை உணர்கிறோம். இது எங்களைக் கலவரப்படுத்துவதற்குப் பதிலாக சந்தோஷத்தையே தருகிறது. இந்தச் சந்தோஷம் குறித்த சுய அருவருப்பிலிருந்தும் குற்ற உணர்விலிருந்தும் எங்களை மீட்டுக்கொள்வதற்காக மீண்டும் கனவு காண்கிறோம்; பீதியடைகிறோம்; புணர்கிறோம். இவற்றைச் சகித்துக்கொள்ள முடியாமல் எங்களுடைய இறந்த காலம் விழித்துக்கொள்கிறது. கூச்சலிடவும் முற்படுகிறது. அது போன்ற தருணங்களில் எங்களுடைய புணர்ச்சி ஓசை மிகுந்ததாக இருக்கும். இறந்த காலத்தின் கூச்சலைக் காட்டிலும் ஓசை மிகுந்ததாக . . .

படுக்கையறையிலிருந்து ஏதோ சத்தம் வந்தது. மிக மெல்லிய சத்தம்; ஒரு கணம்கூட நீடிக்கவில்லை. இன்னதெனத் துல்லிய மாகப் புரிந்துகொள்ளவும் முடியவில்லை. ஒரு முனகல்; சிசு அல்லது பெண்ணிற்குரியதாக இருக்கலாம். கருப்பையிலிருந்து வெளியே இழுக்கப்படும் தருணத்தில் தொண்டைக்குழி யிலிருந்து வெளிப்படும் சிசுவின் முதல் சத்தம். வெளியே இழுத்துப் போடப்பட்ட பிறகு அது உரத்த அழுகையாக வெடிக்கிறது. புணர்ச்சியின் தொடக்கக் கணங்களில் விரகம் தரும் வேதனையில் பெண்களின் தொண்டைக்குழியிலிருந்தும் இதே போன்ற முனகல்கள் பீறிடுகின்றன. குறிப்பாகக் கள்ளத் தனமான புணர்ச்சிகளின்போது. எனக்கேற்பட்டது அதிர்ச்சியா பயமா என்பது விளங்கவில்லை. ஆனால் எனது மூதாதையர் களுக்குரிய மர நாற்காலியிலிருந்து இழுத்து வீசப்பட்டதுபோல அவசரமாக எழுந்தேன். மிகப் பதற்றம் கொண்டவனாக எங்களுடைய படுக்கையறையை நோக்கிச் சில அடிகள் துள்ளிச் சென்றிருந்தேன். ஆனால் கடவுளே, என்ன காரியம் செய்யத் துணிந்திருக்கிறேன். எனது செயல் எவ்வளவு அபத்தமானது, அநாகரீகமானது, குரூரமானது?

நீ ஒரு சந்தேகப் பேர்வழி தாஸ். நீ கொண்டிருப்பது காதல் அல்ல, பொஸஸிவ்னெஸ். நீ எனது சுய அடையாளங்களை மறுக்கிறாய்; எனது ஆளுமையைக் கொச்சையாகப் புரிந்து கொண்டிருக்கிறாய்; என்னை வேவு பார்க்கிறாய். வெட்கமாக இல்லை உனக்கு? என்னுடைய அலுவலகத்திற்கு வெளியே உள்ள ஷாப்பிங் காம்ப்ளக்ஸில் மணிக்கணக்காக உட்கார்ந்து கொண்டிருக்கிறாய். பொய் சொல்லாதே! எல்லாவற்றுக்கும் என்னிடம் ஆதாரங்கள் இருக்கின்றன. நான் அலுவலகத்திற்குப் போய்த் திரும்பும் எல்லாப் பாதைகளிலும் என்னைக் கண் காணிப்பதற்காக உன்னுடைய ஒற்றர்கள் அலைந்துகொண் டிருக்கிறார்கள். இதற்காக எனது அலுவலகச் சகாக்கள் சிலரை

நீ சிநேகம் பிடித்துக்கொண்டிருக்கிறாய். உனக்காக வேவு பார்க்கச் சொல்லி அவர்களைக் கேட்டுக்கொண்டிருப்பாயென நினைக்கிறேன். பழிவாங்கப்பட்ட, துரோகமிழைக்கப்பட்ட கணவன் என்னும் சித்திரத்தை உருவாக்க முயல்கிறாய். எனது அலுவலக சகா ஒருவனிடம் கண்ணீர் விட்டு அழுதாயாமே? ஆபாசமாக இருக்கிறது தாஸ். உனது இவ்வகைப்பட்ட மிரட்டலுக்கும் வன்முறைக்கும் நான் பணிவேன் என நினைக்காதே. ஒன்றைத் திட்டவட்டமாகப் புரிந்துகொள். திருமணத்திற்கு வெளியே பாலுறவு கொள்வதற்கு விருப்பம் கொண்டு விட்ட ஒரு பெண்ணால் எல்லாவிதமான கண்காணிப்புகளையும் மீறி தனது இச்சையை நிறைவேற்றிக்கொள்ள முடியும் தாஸ்!

தாஸ்... தாஸ்... தாஸ்...

உனக்கு அவளைப் புரிந்துகொள்ள முடியாமலிருப்பது பரிதாபம் தாஸ். நீ அவளைக் காதலித்திருக்கிறாய்; அவளைப் புணர்ந்திருக்கிறாய்; அவளோடு ஒரே கூரையின் கீழ் வசித்துக் கொண்டிருக்கிறாய். தாஸ், நம்பிக்கையே மனித வாழ்வின் ஆதாரம். நீ உனது மனைவியை நம்புவதற்குப் பிறருடைய அபிப்ராயங்களைச் சார்ந்திருக்கிறாய். உனக்கு ஒருபோதும் நிம்மதி கிடைக்கப் போவதில்லை. தாஸ் எந்தச் சூழ்நிலையிலும் மனைவியின் மேல் சந்தேகம் கொள்ளாத ஒருவனால் மட்டுமே லட்சியக் கணவனாக விளங்க முடியும். நீ ஒரு ஐடியல் ஹஸ்பெண்ட், இல்லையா தாஸ்?

ஐடியல் ஹஸ்பெண்ட், லட்சியக் கணவன், லட்சியக் கணவன்...

...ஆகவே தாஸ், இப்பொழுது உனக்குக் கேட்டதாகச் சொல்கிறாயே ஒரு சத்தம், முனகல் அதைப் பொருட்படுத்தாதே. உனது படுக்கையறைக்குள் நானும் உனது மனைவியும் கள்ளப் புணர்ச்சியில் ஈடுபட்டிருப்போமெனவும், திடீரென உள்ளே நுழைந்து கையும் களவுமாகப் பிடித்துவிடலாமெனவும் அபத்தமாகக் கற்பனை செய்துகொள்ளாதே. உனக்குக் கேட்டது முத்தத்தின் சத்தமல்ல, புணர்ச்சியின் சத்தமுமல்ல. சிசுவின் முனகல். ஹ ஹா ஹா... நல்ல கற்பனை. தாஸ், சிசு புணர்ச்சியின் பத்திற்குத் தடை. மலட்டுத்தனத்தைப் பேரதிருஷ்டம் எனக் கொண்டாடிக்கொண்டிருக்கிறது உனது காமம். சொல்லப் போனால் உனக்கு எந்தச் சத்தமும் கேட்கவில்லை. உட்புறமாகத் தாளிடப்பட்டிருக்கிறது உனது வீடு. இங்கே உன்னையும் உனது மனைவியையும் தவிர வேறு யாருமில்லை. உனது மனைவி குளித்துக்கொண்டிருக்கிறாள். எல்லாவற்றையும் நம்பு. நம்பிக்கையே வாழ்வின் ஆதாரம். டிசம்பர் மாதத்தின் முன்னிரவுக்

குளிரைத் தாங்கிக்கொள்ள முடியாமல் நீ உனது மூதாதையர்களுக்குரிய மர நாற்காலியில் முடங்கிக் கிடக்கிறாய். நீ ஒரு சோம்பேறி. சோம்பேறித்தனம் பெரிய குற்றமல்ல. நீ சோம்பலை விரும்புகிறாய்; ரசிக்கிறாய். விரும்பு. ரசித்தபடியே கண்களை மூடிக்கொண்டு தூங்கு. நீ ஒரு லட்சியக் கணவன். புணர்ச்சியை முடித்துக்கொண்டு வந்து உன்னைத் துயிலெழுப்பி விடுவாள் உனது இல்லத்தரசி. மறுபடியும் உனக்கு ஒரு கோப்பைத் தேநீர் கிடைக்கலாம். அற்புதமானது இது. ஆனால் ஸாரி, ஸாரி மை டியர் பிரண்ட். குளியலை முடித்துக்கொண்டு வந்து என்பதற்குப் பதிலாகப் புணர்ச்சியை முடித்துக்கொண்டு வந்து எனத் தவறுதலாகச் சொல்லிவிட்டேன். மன்னித்துக்கொள் லட்சியக் கணவனே . . .!

மனைவியின் லட்சியம், லட்சியக் கணவன், ஐடியல் ஹஸ்பெண்ட் . . .!

கடவுளே இங்கே கொடிய துர்நாற்றம் வீசிக்கொண்டிருக்கிறது. கருப்பையின் வாயிலில் பெருகும் நிணத்தின் நெடி. தாஸ் நீ அதை அனுபவித்திருக்கிறாயா? அது உனது நினைவுகளைக் குழப்பிவிட்டுவிடும்; மனப்பிறழ்வை உருவாக்கிவிடும். பீதியையும் அதீதக் கற்பனையையும் தூண்டிவிடக்கூடியது பிறவியின் நெடி. பிரசவத்தின்போது கணவன் அருகிலிருப்பது ஆரோக்கியமானது எனச் சொல்கிறது நவீன மருத்துவம். தாஸ், அது கொடிய வேதனையாயிருக்கும். அவளது அடிவயிற்றிலிருந்து தன்னிச்சையான கேவல்கள் எழும். அவற்றைக் கட்டுப்படுத்திக்கொள்ளும் பொருட்டு அவள் தனது உதடுகளைக் கடித்துக்கொள்வாள். தாங்க முடியாத விரகத்தின் விளைவாக இதேபோல உதடுகளைக் கடித்துக்கொள்ளும் பெண்களைப் பற்றி நீ கேள்விப்பட்டிருக்கக்கூடும் தாஸ். கடிபட்ட உதடுகளிலிருந்து குருதி பெருகி வழியும்! அதைப் பார்த்திருக்கிறாயா நீ? குறைந்தபட்சம் உன்னால் கற்பனையாவது செய்ய முடிந்திருக்கிறதா? அவளது முழு உடலும் துடித்துப் புரளும்; கரங்கள் படுக்கையைப் பிராண்டும். மிக வன்மம் கொண்டவளாகக் கால்களால் காற்றை உதைப்பாள். அந்தத் தருணத்தில் அவளுக்குத் தன்னுடைய கணவனையோ கள்ளக் காதலனையோ தழுவிக் கொள்வதற்கான வாய்ப்புக் கிடைக்குமானால்? அது ஒரு வன்மமான புணர்ச்சியை நினைவூட்டக்கூடியது தாஸ்!. வெளிப்படும் சத்தங்களுக்குள்கூடப் பெரிய வேறுபாடுகள் இருக்காது. புணர்ச்சிக்கும் ஜனனத்திற்குமிடையே அவ்வளவு பிணைப்பு இருக்கிறது.

புணர்ச்சிக்கும் புகைபிடித்தலுக்கும்கூடப் பிணைப்பு இருக்கிறது!.

ஹி ஈஸ் மை ஐடியல் ஹஸ்பெண்ட்... ஹி ஹி!.

கண்களை இறுக மூடிக்கொண்டேன். எவ்வளவோ நாட்களுக்கப்புறம் புகைபிடிக்க வேண்டுமென்ற விருப்பம் உண்டாயிற்று எனக்கு. ஆனால் என்னிடம் சிகரெட் இல்லை. எனது உள்ளங்கையிலிருக்கும் ஒரு துண்டு சிகரெட்டைத் தவிர. ஒரு முனை கருகியதும் மறுமுனை எச்சில் படுத்தப்பட்டதுமான அந்தத் துண்டுதான் எனது சந்தேகத்திற்கான ஒரே ஆதாரம்; மன ஆரோக்கியத்திற்கான தடயம். புகைபிடிக்க வேண்டுமென்ற தற்காலிக இச்சைக்கு அதைப் பலியிட முடியாது. தவிர சுண்டியெறியப்பட்ட சிகரெட் துண்டுகள் ஆரோக்கியத்திற்கு ஏற்றவையல்ல. தெருப் பொறுக்கிகளே சுண்டியெறியப்பட்ட சிகரெட் துண்டுகளைப் புகைக்கிறார்கள். விளைவோ கேன்ஸரும் சயரோகமும்.

புகைபிடிப்பதனால் என்ன நன்மை எனக் கேட்டால், புகைபிடிப்பவர்கள் யாருக்கும் பதில் சொல்லத் தெரியாது தாஸ். ஆனால் அழகான பெண்கள் புகைபிடிக்காத ஆண்களின் உதடுகளையே முத்தமிடுவதற்கு விரும்புகிறார்கள். ஓரங்களில் கருத்த தடயங்களைக் கொண்ட, நிகோடின் நாற்றம் வீசும் ஆணின் உதடுகளை முத்தமிடுவதற்கு எந்தப் பெண்ணுமே விரும்புவதில்லை. ஆனால் கிட்டத்தட்ட எல்லா ஆண்களுக்குமே முத்தங்கள் கிடைக்கின்றன; பெரும்பாலானவர்கள் புகைபிடிப்பவர்களாகவும் இருக்கிறார்கள். புகைபிடித்தலுக்கும் புணர்தலுக்கும் ஒரு தொடர்பும் இல்லை. அது ஒரு பயாலஜிக்கல் நீட். நன்மை, தீமை, ஒழுக்கம், ஒழுக்கக்கேடு போன்ற தரப்படுத்தல்களால் அதைத் தவிர்த்துவிட முடியாது. தீமைகள் குறித்த எச்சரிக்கைகள் எத்தனை இருக்கின்றன, அவற்றைப் பொருட்படுத்தியிருக்கிறதா உலகம்? புணர்தலாலும் தீமைகள் உண்டெனகிறது உலகம். புணர்தலை எப்படி விலக்க முடியாதோ அப்படிப் புகைபிடித்தலையும் விலக்க முடியாது. பேரின்பத்திற்குப் பெண், சிற்றின்பத்திற்கு சிகரெட். புகைபிடிக்காதவன் லட்சியக் கணவனென்றால் புணராதவனை என்ன சொல்லி அழைப்பது? லட்சியக் கணவனும் லட்சிய மனைவியும் இணையும்பொழுது லட்சியக் குடும்பம் உருவாகிறதாமே? குடும்பத்தின் லட்சியம் என்னவாம்?

புணர்தலோ? வேசிகளிடத்திலும் கிடைக்குமே புணர்ச்சியின்பம்?

அது பாவம். மகா பாவம். ஒழுக்கக்கேடானது. ஒழுக்கக் கேட்டிலிருந்து பெறப்படும் இன்பம் எதிர் காலத்தின் கொடிய துயரங்களுக்கான விதையாயிருக்கும். பால்வினை நோய்கள், குஷ்டம், இன்னமும் மருந்து கண்டுபிடிக்கப்படாத எய்ட்ஸ்.

சிகரெட் பிடித்தால் சயரோகம், வேசியைப் புணர்ந்தால் எய்ட்ஸ். சிகரெட் ஸ்மோக்கிங் ஈஸ் இன்ஜுரியஸ் டு ஹெல்த். எய்ட்ஸைத் தடுக்க ஆணுறை, சயரோகத்தைத் தடுக்க சிகரெட்டுக்கு பில்டர். ஹ ஹ ஹா...

இல்லறத்தின் லட்சியம் புணர்தலன்று. குழந்தை பெறுதலே புணர்ச்சியின் நோக்கம். வம்ச விருத்தி மானுடக் கடமை, பிரம்ம காரியம். ஒரு லட்சியக் காதலன் மனைவியின் மீது காமுறமாட்டான், அது காதலாகும் தாஸ். லவ் ஈஸ் எ டிவைன் ஃபோர்ஸ், லஸ்ட் ஈஸ் ஆன் ஈவில் ஃபோர்ஸ். தாஸ் உங்களுக்குத் தெரியுமா? கடவுள் காதலைப் படைத்தார், சாத்தான் காமத்தைப் படைத்தான். விலக்கப்பட்ட கனியைப் புசித்ததனால் வந்த வினை. மனித இருதயம் கடவுளின் சுவாசத்தால் நிரம்பியிருக்கிறது. வயிறோ சாத்தானின் விலக்கப்பட்ட கனியினால் நிரம்பி யிருக்கிறது. அதனால்தான் நம்மால் கடவுளையும் நிராகரிக்க முடியவில்லை, சாத்தானையும் விலக்க முடியவில்லை. கடவுள் ஆதாமையும் ஏவாளையும் மட்டும்தான் படைத்தார். காயீனும் ஆபெலும் பாவத்தின் சம்பளங்களாக்கும் தாஸ். பாவத்தின் சம்பளம் மரணம். காயீன் ஏபெலைக் கொன்றான், பிறகு தொடர்ந்துகொண்டேயிருக்கின்றன காதலும் காமமும், புணர்ச்சி யும் ஜனனமும், பாவமும் மரணமும். சந்தேகம்கூடக் கொடிய பாவம்தான் தாஸ். நீங்கள் கடவுளைச் சரணடையுங்கள். உங்களுடைய பாவங்கள் மன்னிக்கப்படும். ஆமென்.

ஆமென்... ஆமென்...

நீயும் பாவம் செய்தவளாயிருக்கிறாய் சாரு. விலக்கப் பட்ட மரத்தின் கனியைப் புசிக்கும்படி தூண்டுகிறாய்.

உனக்குத் தாழ்வு மனப்பான்மை தாஸ்.

உனது முத்தங்களுக்காக நான் சிகரெட்டுகளை விலையாகத் தந்திருக்கிறேன். ஆனால் நீ என்னை நம்பவில்லை. நிகோடினின் போதை உனது முத்தங்களின் மயக்கத்திற்கு இணையாக மாட்டா என்பதை உனக்குப் புரிந்துகொள்ள முடியவில்லை. உனக்குத் தெரியாமல் ரகசியமாகப் புகைபிடித்துவிட்டுச் சூயிங்கம் மென்ற உதடுகளுடன் வீடு திரும்புகிறேனெனச் சந்தேகப்பட்டுக்கொண்டிருக்கிறாய். காதலின் அடையாள மான முத்தமும்கூட கடவுளின் பரிசுதான் சாரு. அதை நீ கொச்சைப்படுத்தினாய். என்னை வேவு பார்ப்பதற்கு முத்தங் களைப் பயன்படுத்தினாய். புகைபிடித்தல் எனது சுதந்திரம் என என்னைப் பொருட்படுத்தாமலிருக்க உனக்கு ஏன் முடிய வில்லை சாரு?

தாஸ் நிகோடினின் துர்நாற்றம் முத்தத்தின் போதைக்குத் தடை. உதடுகளைக் களங்கப்படுத்துகிறது சிகரெட்.

ஆனால் களங்கத்தின் காரணி சிகரெட் மட்டுமில்லை. எச்சில்படுத்தப்பட்ட உதடுகள் தரும் முத்தம் காமத்தைத் தூண்டும், காதலை அல்ல.

இட் ஈஸ் நத்திங் பட் பொஸஸிவ்னெஸ்.

பொஸஸிவ்னெஸாமே பொஸஸிவ்னெஸ். உனது முத்தங்கள் எனக்கு மட்டுமானவையாக இருக்க வேண்டும் சாரு. உனது முத்தங்களும், உனது காதலும், உனது காமமும் உனது முழு ஆகிருதியும். இதை உனக்குப் புரிந்துகொள்ள முடியவில்லை யென்றால் உனக்குக் காதலின் உக்கிரத்தைப் புரிந்துகொள்ள முடியவில்லையென்றுதான் அர்த்தம்.

உனக்கு மனித உறவுகளின் தாத்பரியம் புரியவில்லை தாஸ். ஆண் பெண் உறவை செக்சுக்கு அப்பால் உன்னால் புரிந்துகொள்ள முடியவில்லை. இது உனது மன ஊனத்தின் விளைவு. நோயுற்ற மனதின் திரிதலான வெளிப்பாடு.

நீ அவன்மீது கொண்டிருப்பது காமம் அல்ல, இல்லையா சாரு?

காதலும் காமமும் வெவ்வேறானவை தாஸ்.

நீ அவன்மீது கொண்டிருப்பது காதலா? காமமா?

காதலையும் உனக்குப் புரிந்துகொள்ள முடியவில்லை, காமத்தையும் உனக்குப் புரிந்துகொள்ள முடியவில்லை.

ஒன்றுக்கும் மேற்பட்ட ஆண்களைப் புணர்வது வேசைத் தனம். வேசைத்தனம் கொடிய பாவம் சாரு. மிகக்கொடிய பாவம்.

ஒன்றுக்கு மேற்பட்ட பெண்களைப் புணர்வதற்கான உரிமை யைப் பெற்றிருக்கிறார்களே ஆண்கள்? அதை என்ன பெயரிட்டு அழைப்பது தாஸ்? யூ ஆர் அ க்ரூயல் மேல்ஷாவனிஸ்ட்...

பிறகு எனக்குப் பேச ஒன்றுமில்லாமல் போயிற்று. சந்தேகம் உனது பிறவிக்குணம் என எனது கண்களை நேராகப் பார்த்துச் சொல்லிவிட்டுப் படுக்கையறைக்குள் நுழைந்து கதவை அறைந்து சாத்திக்கொண்டாள் சாரு. சுழலும் மின் விசிறியிலிருந்து பரவியிருந்த வெப்பக்காற்று எங்களது படுக்கையறைக் கதவின் மீது தொங்கும் திரைச்சீலையை உலுக்கிக் கலவரப்படுத்தி யிருந்தது. அறைந்து சாத்தப்பட்ட கதவின் பளபளப்பான வெளிப்பரப்பின் மீது படபடக்கும் திரைச்சீலையின் துல்லிய மான சத்தம். உள்ளிருந்து கேட்டது ஒரு உரத்த தேம்பல். பிடுங்கியெடுக்கப்பட்ட சிசுவின் முதல் அழுகை. இப்பொழுது நிகழ்ந்தது போலவே அப்பொழுதும் எனது மூதாதையர்களுக்

பிறகொரு இரவு   ✂ 53 ✂

குரிய இந்த மர நாற்காலியில் தூக்கி வீசப்பட்டது போல உட்கார்ந்துகொண்டேன். சில கணங்கள் மட்டும் நீடித்துப் பின்பு அடங்கிவிட்டது அவளுடைய தேம்பல். அழுததற்காக வெட்கமடைந்திருப்பாள். அல்லது அந்த அழுகையேகூட ஒரு பழிவாங்கும் நடவடிக்கையாயிருக்கும்.

அது வெப்பம் மிகுந்த ஒரு கோடைக்காலத்தின் பின்னிரவு. நிலவத் தொடங்கியிருந்த குரூரமான அமைதி மயானத்தில் இருப்பதான கற்பனையைத் தோற்றுவித்திருந்தது. பளபளப்பான தரையும் சித்திரச் சட்டங்கள் மாட்டப்பட்ட சுவர்களும் கதவு களும் கூடத்திலிருந்த மேசையும் தொலைக்காட்சிப் பெட்டியும் அலமாரியும் அந்தக் கற்பனைக்குப் பொருந்திப் போகாததாலோ என்னவோ ஏதோவொரு மருத்துவமனையில் மார்ச்சுவரிக்கு வெளியே எனக்குரிய சவத்தைப் பெற்றுக்கொள்வதற்காகக் காத்திருப்பது போன்ற பிரமை தோன்றிற்று. இயற்கை மரணமா, கொலையா, தற்கொலையா என்பதைத் தீர்மானிப்பதற்காகப் போஸ்ட் மார்ட்டம் நடத்திக்கொண்டிருக்கிறார்கள் மருத்து வர்கள். காமமும் காதலும் பொதிந்த உடலின் மீது கத்திகள் விளையாடிக்கொண்டிருக்கின்றன.

கல்யாண தேதியிலிருந்து ஏழாண்டுகளுக்குள் நடக்கிற எந்தப் பெண்ணின் மரணமும் சந்தேகத்திற்குரியதாகும் தாஸ். கொலையோ தற்கொலையோ அதற்குக் கணவனே பொறுப் பாளி. பிறகு கைது நடவடிக்கைகள். போஸ்ட் மார்ட்டம் முடிந்ததும் கைகளைக் கழுவிக்கொண்டு வந்து யூனிபார்மை மாற்றிக்கொண்டு விடுவார்கள் மருத்துவர்கள். வெள்ளைக் கோட்டுக்குப் பதிலாகக் காக்கிச் சட்டை; ஸ்டாதஸ்கோப்புக்குப் பதிலாகக் கை விலங்கு; அனுதாபத்திற்குப் பதிலாக விசாரணை. பிறகு தீர்ப்புகள், தண்டனைகள் . . . லட்சியக் கணவனாமே லட்சியக் கணவன் . . . ஹெஹ்ஹே . . . !

இதேபோல் அப்போதும் புகைபிடிக்க வேண்டுமென்ற விருப்பம் தீவிரமாக மூண்டது எனக்கு. புகைபிடிப்பதை அடியோடு விட்டொழித்திருந்ததால் அப்போதும் என்னிடம் சிகரெட்டுகள் இருந்திருக்கவில்லை. இப்போதாவது எனது உள்ளங்கைக்குள் இருக்கிறது பாதி கருகியதொரு சிகரெட் துண்டு. அப்போது, அந்த நள்ளிரவில் இது என் கைகளுக்குக் கிடைத்திருக்குமானால் தடயமென்றோ சாட்சியமென்றோ பார்க்காமல் கொளுத்திக்கொண்டிருந்திருப்பேன். வேகமாகச் சுழன்றுகொண்டிருந்த மின்விசிறியையோ பிரகாசமான குழல் விளக்கையோ அணைக்காமல் நான் வீட்டை விட்டு வெளியில் வந்தேன். அப்போது நேரம் என்னவாக இருந்த தென்று எனக்குத் தெரிந்திருக்கவில்லை. தெரிந்துகொள்ளும் விருப்பமும் எனக்கு இருந்திருக்குமா என்பது சந்தேகம்தான்.

தன்னிச்சையாக நடந்த எனது கால்கள் தெருமுனையிலிருந்த பூட்டப்பட்டிருந்த பலசரக்குக் கடையின் முன்பாக வந்து நின்றன. சிகரெட் வாங்க வேண்டுமென்பதற்காகவே நான் அங்கு வந்து நின்றிருக்கக்கூடுமென யூகித்தேன். பூட்டப்பட்டிருந்த பலசரக்குக் கடை என்னைப் பதற்றத்திற்குள்ளாக்கியிருந்தது. அந்தத் தருணத்தில்தான் எனக்கு அதற்குமுன் நான் ஒரு போதும் சென்றிராத பேருந்து நிலையத்திற்குச் செல்ல வேண்டு மென்ற விருப்பமுண்டாயிற்று. பேருந்து நிலையங்களில் உள்ள கடைகள் பூட்டப்படுவதில்லை அங்கே நிச்சயமாக சிகரெட்டு கள் கிடைக்கும். எங்கள் குடியிருப்பிலிருந்து பேருந்து நிலையம் எவ்வளவு தூரத்திலிருக்கிறது என்பது திட்டவட்டமாக எனக்குத் தெரியாது. செல்லும் பாதை பற்றிய விவரங்களும் என்னிடம் இல்லை. வேகமாக அதே சமயம் திட்டமிடப்படாமல் வளர்ந்து வரும் எங்களுடைய நகரின் பல பாதைகள் மிகவும் குறுகலான வை; நீளம் குறைந்தவை. வெளியேறும் வழியற்ற பல குறுக்குச் சந்துகளையும் சீரமைக்கப்படாத பள்ளங்களையும் கட்டாந்தரை களையும் கடந்துதான் எங்கள் குடியிருப்பை அடைந்துகொண் டிருந்தோம். பயணங்களுக்குப் பெரும்பாலும் ஆட்டோ ரிக்ஷாக் களையே நம்பியிருக்கிற எனக்கு, அந்த நள்ளிரவு நேரத்தில் சிகரெட் வாங்குவதற்காகப் பேருந்து நிலையத்திற்குப் போவ தென்பது ஒரு திட்டவட்டமான சாகசச் செயலாகத் தோன்றியது.

சாகசச் செயலல்ல, பழிவாங்கும் நடவடிக்கை.

பழிக்குக் கருவி சிகரெட். உனக்கு செக்ஸென்றால் எனக்கு சிகரெட். செக்ஸுக்கு இணையாகுமோ சிகரெட்?

எனது பழிக்கு ஒத்துழைப்பதுபோலத் திடீரென இருள் சூழ்ந்தது. பவர் கட். மின் வாரியத்தின் பொறுப்பின்மைக்கு மானசீகமான நன்றி. நகரின் கடைக்கோடியில் தன்னந்தனி யாய்ப் பதுங்கியிருக்கும் எங்கள் குடியிருப்பும் இரண்டு சிறிய அறைகளையும் அவற்றைவிடச் சற்றே அகன்ற கூடத்தையும் கொண்டுள்ள எங்களுடைய வீடும் இன்னேரம் இருளின் பிடிக்குள் வந்திருக்கும். சாரு, உனக்கு இருளில் தனித்திருக்க முடியாது. கூடத்திலுள்ள சுவிட்ச் பாக்ஸின் மேலிருக்கிறது ஒரு மெழுகுவர்த்தியும் தீப்பெட்டியும். பாட்டரி பழுதுபட்ட எமர்ஜென்சி லாம்ப் இன்னும் சரிசெய்யப்படவில்லை. இருளைத் தடவிக் கூடத்திற்கு வந்து மெழுகுவர்த்தியையும் தீப்பெட்டியை யும் எடுப்பதற்கு உன்னால் முடியாது. என் தேவதையே, வெளிச்சம்தான் உனது பலம். இருள் அல்ல.

அது ஒரு சைக்கலாஜிக்கல் ப்ராபளம் தாஸ். இருள் சூழ்ந்த மறு கணத்தில் அந்தக் கற்பனை தோன்றிவிடுகிறது. இருளின் எல்லைகளற்ற வெளி நம்பவே முடியாதபடி அசையத் தொடங்கு

பிறகொரு இரவு

கிறது. பிறகு இருளின் பேருரு அணுக்களாகப் பிரிந்து, ஒவ்வோர் அணுவும் ஒரு புழுவாகிறது. என் கனவின் வெளியெங்கும் புழுக்கள். பிறகு அவை ஒன்றையொன்று தழுவி ஒளியின் பெருந்தூண்களாக எழும்பி நிற்கின்றன. கண்களைப் பறிக்கும் ஒளி வெள்ளத்தில் மூழ்கத் தொடங்குகிறது எனதுடல். தாஸ், சொன்னால் நம்பமாட்டாய். தொலைந்துபோன இருள் எனக்குள் தவிப்பை மூளச்செய்கிறது. ஒளியின் ஆழம்காண முடியாத பள்ளத்தாக்குக்குள் இருளைத் தேடத் தொடங்குகிறேன் நான். பிறகு அந்தப் பள்ளத்தாக்கின் ஆழத்திலிருந்து எழுந்து வருவான் இருளின் வடிவம் கொண்ட ஓர் ஆண்மகன். நெடு நெடுவென்று நம்பவே முடியாத ஆகிருதி. அவனது புஜங் களிலும் தோள்களிலும் மார்பிலும் கை, கால்களிலும் கற்றை கற்றையாய் ரோமம். சொல்ல எனக்கு வெட்கமாக இருக்கிறது தாஸ், அவன் முழு நிர்வாணமாயிருப்பான். அச்சத்தாலா வெட்கத்தாலா என எனக்குச் சொல்லத் தெரியவில்லை, நான் கண்களை மூடிக்கொள்வேன். ஆனால் மனமல்லவா பார்த்துக் கொண்டிருப்பது? அவனோ இமைக்காத விழிகளால் வெறித்துப் பார்த்தபடி என்னை நோக்கி வருவான். தனது வலிய கரங்களால் என்னைப் புரட்டிப்போடுவான். அவனது தீண்டல் என்னை மூர்ச்சையுறச் செய்வது போலிருக்கும் தாஸ். விழிகள் செருகும் எனக்கு. பிறகு அவன் தனது தடித்த உதடுகளால் என்னை முத்தமிடத் தொடங்குவான். முத்தமிட்டவாறே எனது ஆடை களை ஒவ்வொன்றாகக் களையத் தொடங்குவான். தாஸ் அதர்ச்சியடையாதே, அவனது செய்கைகளைத் தடுப்பதற்கு ஏதும் செய்யாதவளாயிருப்பேன் எனவும் நினைக்காதே. அவற்றைத் துல்லியமாக விவரிக்க முடியவில்லை அவ்வளவுதான். எனது முயற்சிகளை அவன் வெகு சுலபமாக முறியடித்துவிடுவான். எனது ஆடைகளைக் கிழித்தெறிவான்; நிர்வாணப்படுத்தி ஒரு மிருகம் போல என்னைப் புணரத் தொடங்குவான். எதிர்ப்பைத் தெரிவிக்கவோ போரிடவோ அந்தத் தருணத்தில் எனது உடல் ஒத்துழைக்காது. தாஸ் நான் முற்றாக என்னை இழந்திருப்பேன். தாள முடியாத வேதனை மூளும். எனது குறியிலிருந்து ரத்தமும் நிணமும் பெருகும். கடவுளே, அதை யாராலும் ஒருபோதும் முழுமையாகப் புரிந்துகொள்ள முடியாது. தாஸ் தயவுசெய்து இரவுகளில் என்னைத் தனியாக விட்டுவிட்டுப் போய்விடாதே. என்னைப் பழி தீர்த்துக்கொள்வதற்கு ஒருபோதும் இரவு நேரங் களைத் தேர்ந்தெடுக்காதே.

... கவலைப்படுவதற்கு ஒன்றுமில்லை தாஸ். உங்களுடைய படுக்கையறையில் ஒரு எமர்ஜென்ஸி லாம்ப் வைத்துக்கொள்ளுங் கள். ஸ்விட்ச் பாக்ஸின் மேல் ஒரு தீப்பெட்டியும் மெழுகுவர்த்தி யும் எப்போதும் இருக்கட்டும். முடிந்தவரை இரவு நேரங்களில் உங்களுடைய மனைவியைத் தனியே விட்டுவிட்டு எங்கேயும்

போய்விடாதிருக்க முயலுங்கள். சாப்பாட்டுக்கு முன்பும் பின்பும் இந்தக் காப்சூல்களைத் தலா ஒன்று வீதம் எடுத்துக்கொள்ளச் சொல்லுங்கள். காலப்போக்கில் சரியாகிவிடும். ஆல் த பெஸ்ட். ஹி . . . ஹி . . . ஹி.

தாங்க் யூ, தாங்க் யூ வெரி மச்!

ஒரு ரகசியமான ஆலோசனை தாஸ். நீங்கள் இதைத் தவறாகப் புரிந்துகொள்ளக் கூடாது. மனநல மருத்துவம் இதை விட மோசமானவையெனக் கருதத்தக்கப் பல ஆலோசனை களை அனுமதித்திருக்கிறது. ஒருமுறை, புரிந்துகொள்கிறீர் களல்லவா? ஒரே ஒருமுறை உங்கள் மனைவியை முழு இருளில் தவிக்கவிடுங்கள். அருகில், மிக அருகில் நீங்கள் ஒளிந்துகொள்ள வேண்டும். நீங்கள் ஒளிந்துகொண்டிருப்பது உங்கள் மனைவிக்குத் தெரியவே கூடாது. கவனம். அப்பொழுது அந்தக் கற்பனை தோன்றிய சிறிது நேரத்திற்குள்ளாகவே அச்சத்தால் நடுங்கத் தொடங்கிவிடுவார் உங்கள் மனைவி. அதாவது அவர் நம்மிடம் சொன்னதெல்லாம் உண்மையாக இருக்கும்பட்சத்தில். ஹிஹி . . . கோபித்துக்கொள்ளாதீர்கள். சில வகையான மன நோய்களின் தாக்குதலுக்குள்ளானவர்கள் இப்படியெல்லாம் கற்பனை செய்து கொள்வது வழக்கம்தான். அப்படியிருக்கும் பட்சத்தில்கூட இந்த வகையான தெரபி அதைக் குணப்படுத்திவிடுவதற்கு வாய்ப்பிருக்கிறது. நீங்கள் செய்ய வேண்டியதெல்லாம் இதுதான். இருளில் நீங்கள் ஒரு மிருகம் போலப் பதுங்கிப் பதுங்கி அருகில் செல்லுங்கள். அதாவது அவர் தனது கற்பனையில் நிகழ்வதாகச் சொல்கிறாரே, அதேபோல. ஒரு முக்கியமான விஷயம் தாஸ் அந்தத் தருணத்தில் நீங்கள் முழு நிர்வாணமாக இருக்க வேண்டும். ஹி . . . ஹி . . . முன்பே சொன்னேனே, இது ஒரு தெரபியென்று. அச்சத்தின் விளைவாக உங்கள் மனைவி கூச்சலிடத் தொடங்குவார். ஒருவேளை அவர் கூச்சலிடலாம். தன்னைத் தற்காத்துக்கொள்ளும் பொருட்டு உங்களைத் தாக்கவும் கூட முற்படலாம். திடுக்கிடாதீர்கள், அதற்கான வாய்ப்புகள் மிகக்குறைவு. நீங்கள் ஒரு விஷயத்தை மறந்துவிடக் கூடாது, ஒருமுறைகூட உங்கள் மனைவி அந்த இருள் மனிதனைத் தாக்குவதற்கு முற்பட்டதாகக் கூறவில்லை. பொதுவாக அதற்கு மேல் அவர் எதையும் சொல்வதில்லை. பலமுறை வற்புறுத்திக் கேட்டும்கூட மறுத்துவிட்டார். அது நினைத்துப் பார்க்க முடியாத அளவுக்குக் கொடிய வேதனையை அளிக்கும் அனுபவமாக அல்லது வெட்கப்படும்படியான கற்பனையாக இருக்கலாம். ஹி . . . ஹி . . . நாங்கள் முன்பே சொன்னது போல மனநோயில் பல வகைகள் இருக்கின்றன. நாங்கள் சொல்ல விரும்புவது இதுதான், தயவுசெய்து பின்வாங்கிவிடாதீர்கள். உங்கள் செயலில் ஒரு தீவிரம் இருக்க வேண்டும். வன்முறையின் சாயல் தென்பட

வேண்டும். கவனம், நீங்கள் உங்களை எங்களில் ஒருவராகக் கற்பனை செய்துகொள்ளுங்கள். எந்தச் சூழ்நிலையிலும் உணர்ச்சி வசப்பட்டுவிடக் கூடாது. நீங்கள் உங்களுடைய சொந்த மனைவியைப் பலாத்காரம் செய்கிறீர்கள். வேடிக்கையாக இல்லை? ஹ . . . ஹ . . . ஹா. ஆல் த பெஸ்ட்!

சட்டென யார் மீதோ மோதிக்கொண்டேன். எனது மண்டையும் மற்றொரு மண்டையும் நேருக்கு நேர் மோதிக் கொண்டன. சுதாரித்துக்கொள்ள முடியாமல் அப்படியே சரிந்து நடு ரோட்டில் மண்டியிட்டேன். என் கண்களுக்கெதிரே தென்பட்டது இருளின் வடிவம் கொண்ட ஓர் ஆணின் உருவம். நெடுநெடுவென நம்பவே முடியாத ஆகிருதி. பற்றிய கைகளில் சொரசொரக்கும் அடர்ந்த ரோமம். குப்பென்று உடல் முழுவதும் வியர்த்துவிட்டது எனக்கு.

ஸாரி சார் . . . வெரி ஸாரி.

மிஸ்டர் இருளிலும் பார்த்து நடக்கத் தெரிய வேண்டும். அல்லாவிட்டால் இருளில் நடப்பதைத் தவிர்க்க வேண்டும்.

மறுபடியும் ஒருமுறை வருத்தம் தெரிவித்துவிட்டுக் கைகளைப் பிடுங்கிக்கொண்டு ஓட்டம் பிடித்தான் அவன். பயந்திருப்பான். கோழை. ஆகிருதிக்குச் சம்பந்தமில்லாத கோழைத்தனம். அவனுடைய படுக்கையறையினுள்ளும் இருக்கக் கூடும் ஒரு எமர்ஜென்ஸி லாம்ப். தாஸ், இருளில் நடக்கும் போது யாராவது நம்மீது வந்து மோதுவதைத் தவிர்ப்பதற்கு ஒரு அற்புதமான வழியுண்டாக்கும். அந்தத் தருணங்களில் நம்முடைய உதடுகளுக்கிடையில் சிகரெட் புகைந்துகொண் டிருக்குமானால்? ஹெட் லைட் மாதிரி ஒரு சிவப்பு நிற எச்சரிக்கைப் புள்ளி. ஹ . . . ஹ . . . ஹா . . .

உனது குழம்பிய கனவுகளில் உழலும் பிம்பங்களை என் மீது திணிக்க முயலாதே. ஈருடல் ஓருயிர் என்பன போன்ற ரொமாண்டிசிசங்களுக்கு என் மனதில் துளியும் இடமில்லை தாஸ். நாம் வெவ்வேறானவர்கள். வெவ்வேறு உடல்களையும் வெவ்வேறு மனங்களையும் கொண்டவர்கள். நமது விருப்பங்கள் வெவ்வேறு. கனவுகள் வெவ்வேறு. நமது தேவைகள், வெறுப்பு கள், பயங்கள் . . .

வெவ்வேறு . . . வெவ்வேறு . . .

திரும்பும்பொழுது எனது உதடுகளுக்கிடையிலும் ஒளிர்ந்து கொண்டிருக்கும் ஒரு எச்சரிக்கைப் புள்ளி. எதிர்த்து வரும் எவரும் என் மீது மோதிக் கீழே தள்ளிவிட முடியாது. அது எனக்கொரு பாதுகாப்புக் கவசம். ஒரு தற்காலிக டேஞ்சர் லைட் . . . ஆனால் அது உனக்கொரு டேஞ்சராக்கும் சாரு.

உன்னை எச்சரிப்பதற்கான சிவப்புப் புள்ளி. லட்சியக் கணவனாமே? ஏமாளித்தனத்தின் மற்றொரு பெயர் என்று நினைத்துக்கொண்டிருக்கிறாய்.

முற்றிலும் எதிர்பாராதவிதமாக மழை பிடித்துக்கொண்டது. நாடகத்தில் தனக்குமொரு பங்குண்டு எனச் சொல்கிறது மழை. எனது விரலிடுக்குகளில் சிகரெட் புகைந்துகொண்டிருப்பதான கற்பனையில், மழை அதை அணைத்துவிடக் கூடும் என்ற எச்சரிக்கை உணர்வுடன் விரல்களைக் குவித்து முதுகுக்குப் பின்னால் மறைப்பாகப் பிடித்துக்கொண்டேன். வெறும் தூறல் அல்ல, பெருமழை என்பதற்கான எச்சரிக்கை போலப் பளீரென மின்னிற்று வானம். கூடவே பெருத்த இடியோசை. நல்லவேளையாக நான் அப்பொழுது நகரின் பிரதான சாலையொன்றில் நடந்துகொண்டிருந்தேன். சற்றுத் தொலைவில் தென்பட்டது தனது தலையில் சிறிய கூரையையும் சிறிதளவு பெட்ரோமாக்ஸ் விளக்கொளியையும் கொண்ட பெட்டிக்கடை. அதன் முன்னால் ஆட்கள் குழுமியிருப்பது தெரிந்தது. புகலிடம் தேடுவதற்காகச் சாலையின் இருண்ட பகுதிகளிலிருந்து ஒரு சிலர் அந்தக் கூரையை நோக்கி ஓடி வருவதை நான் பார்த்தேன். நள்ளிரவில் கொட்டும் மழையில் சாலையிருளுக்குள் அலைபவன் நான் மட்டுமல்ல. எனக்கு முன்னால் எண்ணற்றோர் கடந்து போயிருக்கிறார்கள்; பலர் பின்தொடர்ந்து வருகிறார்கள். இந்தத் தனிமை ஒரு கற்பனை. மழை கற்பனைகளை அழிக்கிறது; பின்னிரவு நேரங்களில் தனிமையில் அலைந்து திரியும் மனிதர்களை அடையாளம் காட்டுகிறது. ஆனால் மற்ற பலரைப் போல நான் அரக்கப் பறக்க ஓடவில்லை. இந்த மழையை ரசிக்கிறவனைப் போன்ற பாவனையுடன் மெதுவாக நடந்தேன். ஓடுவது எனது மனதின் பதற்றத்தை அம்பலமாக்கிவிடக்கூடும் என நான் பயந்திருக்கலாம். மழையை எதிர்த்து நடப்பது ஒரு சாகசம் தாஸ். பெரு நெருப்பை ஒத்தது பெருமழை. கடவுளர்கள் உலகை அழிப்பதற்கு மழையையே ஆயுதமாகத் தேர்ந்தெடுக்கிறார்கள். ஆசீர்வதிக்கப் பட்ட உயிர்களுக்கு மாத்திரமே அடைக்கலம் கிடைக்கிறது. ஆசீர்வதிக்கப்பட்டவர்கள் அதிகம் பேர் இல்லை. எல்லோரும் நோவா அல்ல. நோவாவுக்குப் பிறகு மனிதன் மழையைக் கண்டு அஞ்சத் தொடங்கிவிட்டான். மழை நம்மைப் பதற்றம் கொள்ளச் செய்கிறது, பயமுறுத்துகிறது, புகலிடம் தேடி ஓடச் செய்கிறது.

சுமார் பத்து சதுர அடிக்கும் குறைவான பரப்புக் கொண்ட அந்தச் சிறிய இடத்தில் குறைந்தபட்சம் இரண்டு டஜன் மனிதர்களாவது முண்டிக்கொண்டிருந்திருப்பார்கள். மழைச் சாரல் பாதியளவுக்கு மேல் அவர்களை நனைத்திருந்தது.

எல்லோருமே ஓணான்களைப் போலக் கூரையடைப்புக்குக் கீழே கழுத்தை நீட்டி, மழையிலிருந்து தத்தம் சிரசுகளைப் பாதுகாத்துக்கொண்டிருப்பதான கற்பனையில் மூழ்கியிருந்தனர். எண்ணற்ற ஆண்களின் அந்தக் கூட்டத்தினிடையே, கிட்டத் தட்ட ஆணைப் போலவே தோற்றமளிக்கும் ஒரு பெண்ணும் முண்டிக்கொண்டிருந்தாள். எதனாலோ அவள் எனது கவனத்தை ஈர்ப்பவளாயிருந்தாள். ஒளியும் நிழல்களும் மாறிமாறி அவள் மேல் விழுந்துகொண்டிருந்தன. எனது பார்வையைச் சந்திக்க நேரும் ஒவ்வொரு தருணத்திலும் அவள் சிரித்தாள். அந்தச் சிரிப்பு என்னை நோக்கியதா அல்லது கூட்டத்தில் முண்டி யடித்துக்கொண்டிருக்கும் வேறு யாரையாவது நோக்கியதா என்பதை என்னால் தீர்மானிக்க முடியவில்லை. அதை உறுதிப் படுத்திக்கொள்ளும் பொருட்டு அவளைத் தெளிவாகப் பார்க்க முற்பட்டேன். ஆனால் நம்ப முடியாத அளவுக்கு நெரிசல் அதிகமாக இருந்ததாலும், மேலும் அதிகமான நிழல்கள் அவள் மீது கவிந்து, துல்லியமாகப் பார்க்க முடியாதவாறு அவளது உருவத்தைக் குழப்பியிருந்ததாலும் அவளது முகத்தில் தென் பட்டது சிரிப்பா அழுகையா என்கிற சந்தேகமும் தோன்றியது எனக்கு. நிழல்களின் அடர்த்தி கூடக்கூட அதற்கு நேர் விகிதத்தில் சோபையும் அழகும் கூடியதாகத் தோற்றமளிக்கத் தொடங்கியது அவளுடைய முகம். அந்தத் தருணத்தில் பைத்தியக்காரனைப் போலத் தென்பட்ட ஒருவன் கூரையடைப்புக்குள்ளிருந்து திடீரென வெளியே வந்து நடனமாடத் தொடங்கினான். எல்லோரது கவனமும் உடனடியாக அவன் மேல் குவிந்தது. ஆனால் கொஞ்சமும் எதிர்பாராத வகையில் ஆணைப் போல் தோற்றமளித்த அந்தப் பெண் கூரையடைப்புக்குள்ளிருந்து வெளியில் வந்து தானும் நடனமாடத் தொடங்கினாள். அவளைத் தொடர்ந்து மற்ற மனிதர்கள் எல்லோரும் கூரையைவிட்டு வெளியில் வந்து மழையில் சொட்டச்சொட்ட நனைந்தபடியும் சேற்றில் விழுந்து புரண்டபடியும் கூத்தாடத் தொடங்கினார்கள். உண்மையில் அங்கே என்ன நடந்துகொண்டிருக்கிறது என்பதை என்னால் துல்லியமாகப் புரிந்துகொள்ள முடியவில்லை. புகைபிடிக்க வேண்டுமென்ற விருப்பம் மீண்டும் தீவிரமாக என்னைப் பற்றிக்கொண்டது. மிகச் சிரமப்பட்டு என்னை விடுவித்துக்கொண்டு பெட்டிக்கடைக்காரரிடம் போய் ஒரு பாக்கெட் சிகரெட் வேண்டுமெனச் சொல்லிவிட்டு பர்சை எடுப்பதற்காக எனது சட்டைப் பாக்கெட்டைத் தேட முற்பட்ட பொழுதுதான் எனது சட்டை பல துண்டுகளாகக் கிழிக்கப் பட்டிருப்பதை என்னால் அறிந்துகொள்ள முடிந்தது. பர்ஸைக் காணவில்லை. மழையில் கூத்தாடிக்கொண்டிருக்கும் மனிதர் களில் யாராவது ஒருவன்தான் எனது பர்ஸைத் திருடியிருக்க வேண்டுமெனவும் அவர்களை விசாரிக்கும்படியும் யோசனை

சொன்னான் அந்தப் பெட்டிக்கடைக்காரன். அவனது யோசனை யை ஏற்றுக்கொண்டுவிட்ட பாவனையுடன் நான் அவர்களது ஆட்டத்தைக் கூர்ந்து கவனிக்கத் தொடங்கினேன். மழையின் தாளகதிக்கேற்றவாறு பிசிறில்லாமல் ஆடிக்கொண்டிருந்தது கூட்டம். ஒவ்வொரு குதிகாலிலும் நம்பவே முடியாத அளவுக்கு வேகமான சுழற்சி. எல்லா உடல்களும் ஒன்றோடொன்று பிரிக்கவியலாதவாறு ஒட்டிக்கொண்டுவிட்டதாகத் தோன்றியது. சீரற்ற ஏற்றத்தாழ்வான வளர்ச்சியைக் கொண்ட பல கால்களும் உயர்ந்து தணியும் எண்ணற்ற கரங்களும் ஒரே உடலின் பல்வேறு பகுதிகளாகத் தோற்றமளித்தன. பிறகு மிகக் களைத்துப் போனவனைப் போலத் தென்பட்ட ஒருவன் அவர்களிலிருந்து தனியே பிரிந்துவந்து ஒரு தரம் சுழன்றாடிவிட்டு கழைக்கூத்தாடியைப் போலக் குட்டிக்கரணம் அடிக்கத் தொடங்கினான். யாரோ பலமாகக் கைதட்டினார்கள். மற்றொருவனோ இடையறாது விசிலடித்தான். குட்டிக்கரணம் அடித்துக்கொண்டிருந்தவன் உற்சாக மிகுதியால் புதிதாக எதையோ செய்ய முற்பட்டு அப்படியே தலைகுப்புறச் சரிந்துவிட்டான். தொலைவிலெங்கோ நாய்களின் ஊளைச்சத்தம் கேட்டது. தொடர்ந்து சைரன்கள் அலறின. இதைக்கண்டு பீதியுற்றவர்களைப் போலப் பலரும் கூட்டத்திலிருந்து பிய்த்துக்கொண்டு தலைதெறிக்கும் வேகத்தில் ஓடி மறைந்தார்கள்.

கொட்டும் மழை; எதையும் பொருட்படுத்தாது சுழன்றாடிக் கொண்டிருக்கும் அம்மனுஷி. பெட்டிக்கடைக்காரனையும் என்னையும் தவிர அங்கு வேறு யாரும் தென்படவில்லை. நாய்களின் குரைப்புச் சத்தமும் சைரன்களின் ஒலியும் இடை விடாது கேட்டுக்கொண்டிருந்தன. முற்றாக நனைந்திருந்த படியால் கிட்டத்தட்ட நிர்வாணமாகத் தோற்றமளித்தாள் அவள். போதையூட்டும் கவர்ச்சி. குலுங்கிச் சுழலும் அவளுடைய அவயவங்கள், எனது காமத்தை அதன் உச்ச அளவை நோக்கிச் செலுத்திக்கொண்டிருந்தன. மிக விரைவில் நான் எனது சுய கட்டுப்பாட்டை இழந்துவிடப்போகிறேன் என நினைத்துக் கொண்டேன். பாவனை மாறாமல் தன்னுடன் நடனமாட வருமாறு என்னைப் பார்த்துச் சைகை செய்தாள் அவள். அது புணர்ச்சிக்கானதொரு அழைப்பைப் போலத் தோற்றமளித்த தால் பெட்டிக்காரனின் இருப்பு காரணமாகத் தயங்கி நின்று கொண்டிருந்தேன் நான். என்னை அவளோடு சேர்ந்து நடனமாடு மாறு பணித்தான் பெட்டிக்கடைக்காரன். ஒரு மிரட்டலின் தொனியைப் பெற்றிருந்த அவனது கட்டளையை ஏற்று நான் அவளுடன் சேர்ந்து நடனமாடுவதற்கான எனது சம்மதத்தைத் தெரிவித்தேன். அதைக் கேட்டு உரக்கச் சிரித்தான் அவன். நான் சிரித்துக்கொண்டே அவளை நோக்கி ஓடினேன்.

பிறகொரு இரவு

கொட்டும் மழை. நனைந்த ஆடைகளுடன் நடனமாடிக் கொண்டிருப்பவளான அவளும் கிழிந்த ஆடைகளுடன் கிட்டத் தட்ட நிர்வாணமாக இருக்கும் நானும். பெருகும் மழை வெள்ளத்தினுள் சுழலும் பாதங்களின் லயம் குன்றாத தாளம். எனது முழு உடலும் அதன் அணு ஒவ்வொன்றும் கொந்தளித்துக் கொண்டிருந்தது. இருள் முற்றாகக் கவிந்திருந்தபோதிலும் குறி தப்பாமல் பாய்ந்து ஒரு மிருகம் போல அவளை எனது கைப் பிடிக்குள் கொண்டு வந்திருந்தேன். வெற்று முனகலொன்று அவளிடமிருந்து வெளிப்பட்டது. பெண் அல்லது சிசு. புணர்ச்சி யின் அடையாளம் அல்லது பிறவியின் தடயம்.

தாங்க முடியாத அதிர்ச்சிக்குள்ளானேன் நான்.

யாருடைய கட்டளைக்கோ கீழ்ப்படிந்ததைப் போலத் திடீரெனச் சுத்தமாக நின்றுவிட்டது மழை. செயலற்று நின்றேன் நான். எனது செயலின்மையைச் சாதகமாக்கிக்கொண்டு எனது பிடியிலிருந்து தப்பிப் போயிருந்தாள் அவள். இருளின் எல்லை களற்ற வெளி. எல்லாச் சத்தங்களையும் விழுங்கிவிட்டு இருளுக் குள் பதுங்கியிருந்தது நிசப்தம். கைக்கெட்டும் தூரத்திற்குள்ளேயே அவள் பதுங்கியிருப்பாளென யூகித்தேன். ஆனால் அவளது பதுங்கலுக்கான காரணத்தை என்னால் யூகிக்க முடியவில்லை. விளையாட்டு அல்லது தந்திரம். தாக்குதலுக்கான அல்லது தப்பித்தலுக்கான தருணத்தை எதிர்நோக்கிக் காத்திருக்கக் கூடும். சுவாசமோ அசைவோ அற்றவளாக அந்தத் தருணத்தை எதிர்பார்த்துக்கொண்டிருப்பாள் போலிருக்கிறது. ஆனால் தேங்கியிருக்கும் மழை வெள்ளம் அவளது எந்தவொரு சிறு அசைவையும் சத்தமெழுப்பிக் காட்டிக்கொடுத்துவிடு மென்பது நிச்சயம். சவாலான தருணம் அது. எனது செவிகளும் கண்களும் கூர்ந்தன. இருளின் அடர்ந்த பரப்பை வெறித்துக் கொண்டு வெகுநேரம்வரை அசைவற்றவனாய்க் கிடந்தேன். வெகுநேரத்திற்குப் பின்பு அசையத் தொடங்கியது இருள். மறுகணம் நிகழத் தொடங்கியது இருளின் பெருவெடிப்பு. என்னைச் சுற்றிலும் இருளுக்குரிய கருமை நிறத்தில் நெளிந்து கொண்டிருந்தன புழுக்கள். புழுக்களா அல்லது பெருவெள்ளமா? பெருவெள்ளம் எழுப்பும் பேரோசையே அது. எனது செவிப் பறைகள் அதிர்ந்தன. கேட்கும் திறனிழந்து செவிடனானேன் நான். செவிடன், அந்தகன். கைக்கெட்டும் தொலைவில் விரகத் தின் தணியாத விம்மல்களுடன் காத்திருக்கிறது அவ்வேதனை யைத் தீர்க்கும் பெண்ணுடல்.

பெருவெள்ளத்துக்குள்ளிருந்து துள்ளியெழுந்து, இருளின் வடிவெடுத்து வந்து நின்றாள் அவள். தன் நனைந்த ஆடைகளைக் கழற்றியெறிந்தாள். என்னை நோக்கி குரூரமாய்ப் புன்னகைத்த படி கனவில் வருவதுபோல நகர்ந்து வந்து கொண்டிருந்தாள்.

அச்சத்தாலோ வெட்கத்தாலோ கண்களை மூடிக்கொள்ள முயன்றேன். அவளோ இமைக்காத விழிகளுடன் என்னை நோக்கி வந்தாள். சேற்றுக்குள் உருண்டு கிடந்த என் தேகத்தைப் புரட்டினாள். நிக்கோடினின் கருத்த தடயங்களையுடைய எனது தடித்த உதடுகளை ஒரு இரையாகப் பற்றியிழுத்துக் கவ்வினாள். சாரு, நான் அவளைத் தடுப்பதற்கு எந்த முயற்சியும் செய்யாதவனாயிருந்திருப்பேன் என்று நினைத்துக்கொள்ளாதே. அவளிடமிருந்து என்னைத் தற்காத்துக்கொள்ளும் முயற்சியாக அவளை இறுகத் தழுவி மூச்சுத் திணறச் செய்ய முற்பட்டிருந்தேன். ஆனால் தழுவிய கணத்தில் பெருகிற்று அவளது ஆகிருதி. தன் வலிய கரங்களால் அவளும் என்னைத் தழுவினாள். கடவுளே, மூச்சுத் திணறிற்றெனக்கு. தழுவியவளின் மேனியில் ரோமத்தின் அடர்த்தி; முத்தமிட்ட உதடுகளில் நிகோடினின் துர்நாற்றம். எனது மறுப்பு போராட்டமாயிற்று. நான் தப்ப முற்பட்டேன்; உதறி விடுவித்துக்கொள்ள முயன்றேன். அபயம் கோரி கூச்சலிடவும் விரும்பினேன்.

சாரு நான் உன்னிடம் மன்னிப்புக் கேட்க விரும்பினேன். சேறு படிந்த உடலுடனும் கிழிந்த உடைகளுடனும் தளர்ந்த குறியுடனும் வீடு திரும்பியிருந்த நான் உனக்கு முன்னால் ஒரு குற்றவாளியாக நிற்பதற்கு விரும்பியிருந்தேன். என் உள்ளத்தில் உன்மீது நேரடியாகவும் மறைமுகமாகவும் நான் செலுத்தியிருந்த வன்முறைகளையும் உனக்கும் எனக்கும் இடையேயான உறவின் சிதைவுக்குக் காரணமான எனது மனதின் கோணல்களையும் ஒப்புக்கொண்டுவிட வேண்டு மென்ற வேட்கை நிரம்பியிருந்தது. இன்னமும் திறந்து கிடந்த கதவுக்குள் பதற்றம் நிரம்பியவனாய் உள்ளே நுழைந்திருந்த அந்தக் கணத்தில் கனவு அல்லது பிரமை எனத் தோன்றும் படியாக நமது படுக்கையறையினுள்ளிருந்து ஓடிவந்து கொண் டிருந்த அவனது ரோமம் மிகுந்த உடலை நான் பார்க்க நேராமலிருந்திருந்தால்? என்னைக் கண்டு அப்படி இகழ்ச்சி யாகச் சிரிப்பதை மட்டுமாவது அவனால் கட்டுப்படுத்திக் கொள்ள முடிந்திருந்தால்?

எதிர்பார்ப்புகளும் நடப்புகளும் வெவ்வேறானவை களாக்கும், தாஸ். இரண்டும் இரண்டு வெவ்வேறு விதிகளால் தீர்மானிக்கப்படுகின்றன.

பிரமை அல்லது கனவு...

சாரு என்னிடம் அப்போது ஒரு தடயமும் இல்லை. இப்போது கிடைத்திருக்கிறதே பாதி கருகியதொரு சிகரெட் துண்டு அதுவோ அதையொத்த வேறு தடயங்களோ அப்போது எனக்குக் கிடைத்திருக்கவில்லை. நடைமுறை விதிகளை

அனுசரித்து அப்போது அவனைத் தடுத்து நிறுத்தியிருப்பதற்கோ, அவன்மீது வன்முறையைப் பிரயோகித்து ஒப்புதல் வாக்கு மூலங்களைப் பெற்றுக்கொண்டிருப்பதற்கோ எனக்குப் போதிய வலிமை இருந்திருக்கவில்லை. எனது இருப்பைச் சற்றும் பொருட் படுத்தாமல் இகழ்ந்து சிரித்துவிட்டு வெளியேறிப் போய்க்கொண் டிருந்த அவனது ரோமம் மண்டிய உடலைச் செயலற்றவனாக நின்று பார்த்துக்கொண்டிருந்தேன்.

கனவு அல்லது பிரமை, கற்பனை அல்லது பொய். இவ் வகைப்பட்டவையாக்கும், தாஸ் உனது குற்றச்சாட்டுகள். நீ பேச வேண்டியது ஒரு மனநோய் மருத்துவரிடமேயல்லாது மனைவியிடமல்ல. பொய்யான குற்றச்சாட்டுகளைச் சுமத்தி அவற்றை ஒப்புக்கொள்ளுமாறு மன்றாடுகிறாய். நான் அவற்றைப் பொருட்படுத்தாதபோதிலும், மன்னித்துவிட்ட தாகப் பிதற்றுகிறாய். கோபமல்ல, உன் மேல் இரக்கமே ஏற்படுகிறது எனக்கு. ஏதாவதொரு சர்ச்சுக்குப் போ. அல்லது ஒரு மட்டரகமான மதுவிடுதிக்கு. முற்றிய மனநோயாளிகளுக் கான புகலிடங்கள் அவைகள்தாம்.

தேவாலயம் அல்லது மதுவிடுதி; பாதிரி அல்லது குடிகாரன்.

தாஸ்,. தேவைகளே நடைமுறைகளைத் தீர்மானிக்கின்றன. நடைமுறைவாதிகள் ஒருபோதும் கனவுகளையும் லட்சியங்களை யும் பொருட்படுத்துவதில்லை. நடைமுறைவாதிகளின் வெற்றிக் குப் பின்னாலுள்ள ரகசியம் இதுதான். தாஸ் இதுவரை எந்த லட்சியவாதி வெற்றிபெற்றிருக்கிறான் சொல்? அல்லது எந்த லட்சியம் வெற்றிபெற்றிருக்கிறது? வெற்றிபெற்றிருப்பதான மயக்கங்களே தோற்றுவிக்கப்பட்டிருக்கின்றன. ஆனால் நமக்குக் கனவுகளும் லட்சியங்களும் தேவைப்படுகின்றன. இல்லா விட்டால் குற்ற உணர்வுகளிலிருந்தும் தாழ்வு மனப்பான்மை யிலிருந்தும் நம்மால் விடுபடவே முடியாமல் போயிருந்திருக் கும் தாஸ். அதனால்தான் நாம் லட்சியவாதிகளையும் கவிஞர் களையும் ஆன்மீகவாதிகளையும் கொண்டாடுகிறோம். அவர்கள் நம்மீது தம்முடைய கனவுகளைத் திணிக்கிறார்கள். அவர்களது மொழி நமக்குப் போதை. தாஸ் நாம் சூட்டும் புகழ் மாலைகள் அவர்களுக்குப் போதை. போதைக்கெதிராகப் போதை. கனவுக் கெதிராகக் கனவு. இது ஒரு வகையான தந்திரம், ஏமாற்று. இதைப் புரிந்துகொள்ளும்போது அவர்கள் இவ்வுலகைத் துறக்கிறார்கள். மற்றொரு லட்சியவாதி உருவாகிறான். அவர்கள் தங்கள் மூதாதையர்களை நிராகரிக்கிறார்கள். தங்களது புதிய கனவுகளையும் லட்சியங்களையும் நம்மீது திணிக்கிறார்கள். நமக்குக் கிடைக்கிறது தடையற்ற போதை, அதிலிருந்து நம்மால் ஒருபோதும் விடுபட முடிவதில்லை. தாஸ், நாம் பதற்றமடை கிறோம். உள்ளீடற்ற கோபங்களுக்கு இரையாகிக் காரணமற்ற

தேவிபாரதி

வன்முறைகளில் ஈடுபடுகிறோம். அடிப்படைகளற்ற வெற்றிகளும் நம்ப முடியாத தோல்விகளும் நமக்களிக்கப்பட்ட வாழ்வின் வெற்றுத்தாள்களை நிரப்புகின்றன. எந்தக் கவிஞனும் லட்சிய வாதியும் இந்த வெற்றுத்தாள்களைப் பொருட்படுத்துவதில்லை. அவன் இவற்றை இகழ்ந்து சிரிக்கிறான், கிழித்தெறிகிறான். கிழித்தெறிந்தவற்றைப் பொறுக்கியெடுத்துப் புதிதாக ஒன்றைச் சமைக்கிறான் மற்றொருவன். நான் லீனியர், கொலாஜ், சர்ரி யலிஸம், எக்ஸிஸ்டென்ஸியலிஸம் . . . கலைக்கெதிராகக் கலை, தத்துவத்திற்கெதிராகத் தத்துவம் தாஸ், இது ஒரு பழிவாங்கும் நடவடிக்கை. ஒருவரையொருவர் பழிவாங்கிக்கொளகிறோம். நம்மைக் கவிஞர்களும், கவிஞர்களை நாமும்; சாத்தியமற்ற கனவுகளுக்கும் தவிர்க்க முடியாத நடைமுறைகளுக்குமிடையே சிக்கி வதைபட்டுக்கொண்டிருக்கிறோம். புகைபிடிக்கிறோம். குடிக்கிறோம், கள்ளப் புணர்ச்சிகளில் ஈடுபடுகிறோம், பிறகு பிரார்த்தனை செய்கிறோம், கவிதைகளைப் படிக்கிறோம், தத்துவங்களை மேற்கோள் காட்டுகிறோம். முரண்பாடுகளைக் கற்பனையாகச் சமன்செய்யும் முயற்சிகளே இவை. ஒன்று கவிஞர்களையும் லட்சியவாதிகளையும் முற்றாக இவ்வுலகி லிருந்து அப்புறப்படுத்திவிட வேண்டும். அல்லது இவ்வுலகை அவர்களுடையதாக்கிவிட வேண்டும். ஆனால் கனவு தாஸ், வெறும் கனவு. வழக்கத்தைவிட அதிகமாகக் குடித்துவிட்டே னென்று நினைக்கிறேன். இன்னும் கொஞ்சம் சோடா ஊற்று, இட் ஈஸ் த ஹாட்டஸ்ட் பிராண்ட் ஆப் த விஸ்கிஸ்.

அப்படியானால் வாழ்க்கைக்கெதிராக, வாழ்க்கையோ.?

தாஸ், நடைமுறைவாதி எப்போதும் விழித்திருக்க வேண்டி யவன். விழித்திருப்பவன் கனவு காண முற்படுவது ஆபத்தானது. வெற்றிகரமான நடைமுறையாளனுக்கும் லட்சியக் கணவனுக்கு மிடையே நீ போராடிக்கொண்டிருக்கிறாய். நீ உனது மனைவி யைச் சந்தேகப்படுகிறாய்; காண்காணிக்கிறாய். இவையெல்லாம் கணவனாயிருக்கிற ஒவ்வொருவருக்கும் சமூகம் வழங்கியுள்ள உரிமை. யாரும் இதற்காக வெட்கப்படுவதுமில்லை. ஆனால் நீயோ குற்ற உணர்வுக்குள்ளாகி வதைபட்டுக்கொண்டிருக் கிறாய். தாஸ், ஒன்று உனக்கு அவனது நாசியைப் பெயர்க்க முடிந்திருக்க வேண்டும். அல்லது அவனோடு கை குலுக்கிக் கொள்ள முடிந்திருக்க வேண்டும். ஆனால் நீ வெறுமனே கண்ணீர் விட்டுக்கொண்டிருக்கிறாய்; ஒப்புதல் வாக்குமூலங்கள் கொடுத்துக்கொண்டிருக்கிறாய்; நள்ளிரவு நேரங்களில் பூட்டிய அறைக்குள் உனது மனைவியின் முன்னால் வெறும் உள்ளாடை களுடன் உட்கார்ந்து மன்னிப்புக்கோரி முழந்தாளிட்டுக்கொண் டிருக்கிறாயாமே? உனது தேவையென்ன, தாஸ்? காதல்? காமம்? கனவை ஒரு தோளிலும், நடைமுறையை ஒரு தோளிலும்

சுமந்துகொண்டிருக்கிறாய் நண்பா. ஒரு தோளில் கடவுளை, மற்றொரு தோளில் சாத்தானை. ஒன்றின் எடையை மற்றொன்று மிஞ்சிவிடாதபடி பார்த்துக்கொள்ளும் சாமார்த்தியமும் உனக்கில்லை. பாலன்ஸை இழந்து தடுமாறிக்கொண்டிருக் கிறார்கள் உனது கடவுளும் சாத்தானும். நீயோ தனிமைப் பட்டுப் போயிருக்கிறாய்.

தனிமைப்படுத்தப்படுதல் ஒரு குரூரமான தண்டனை.

உன்னைப் பீடித்திருப்பது எய்ட்ஸ் தாஸ். இதற்கு மருந்தே இல்லை. வருங்கால மருத்துவ உலகம் எய்ட்ஸுக்கு மருந்து கண்டுபிடித்துவிடலாம், ஆனால் சந்தேகத்திற்கு மருந்தே இல்லை. அது ஆட்கொல்லி நோய். ஆட்கொல்லி நோயாளிகளை யாரும் தீண்டுவதில்லை. அவர்களுக்குத் தனி அறை, தனிச் சாப்பாடு, தண்ணீர் செம்பும் படுக்கையும் அவர்களுக்குத் தனித்தனி யானவை.

ஆனால் தாஸ், தனிமையை விரும்பாதவனை, அதை ஏற்றுக்கொள்ள மறுப்பவனை, ஒருபோதும் இந்த உலகம் தனிமைப்படுத்துவதில்லை. நீ புகைபிடிக்கிறாயா? மது அருந்து கிறாயா? வீடு திரும்பும்போது துர்நாற்றத்தை மறைக்க, மறக்காமல் சூயிங்கம் போட்டுக்கொள்ள வேண்டும். முறையற்ற கள்ளப் புணர்ச்சிகளில் ஈடுபடுகிறாயா? ஆணுறை போட்டுக்கொள்ள மறந்துவிடாதே. சட்டப்பூர்வமான எச்சரிக்கைகள் இவை. சட்டப்படி நடப்பவனுக்குத் தனிமையின் குரூரமான தண்டனை களில்லை. உனது மனைவியின் படுக்கையறைக்குள்ளும் கிடக்க லாம், உனக்குச் சம்பந்தமிமல்லாத பிராண்டுகளின் கருகிய சிகரெட் துண்டுகளும் பயன்படுத்தப்பட்ட ஆணுறைகளும். அவற்றைப் பொருட்படுத்தாதே. கோபத்தைத் தாளிடப்பட்ட அறைக்குள்ளும், அன்பைப் பொது இடங்களிலும் வெளிப் படுத்தத் தெரிந்துகொள். உனது தோல்விகளையும், ஏமாற்றங் களையும் ரகசியமாகப் பராமரிக்கக் கற்றுக்கொள். இவைகளும் சட்டப்பூர்வமானவைகள்தாம் தாஸ். எல்லோராலும் உருவாக்கப் பட்டு ஒவ்வொருவராலும் பின்பற்றப்பட்டு வருகிற சட்டங்கள். இவற்றை நிராகரிக்கும்போது நீ தனிமைப்படுத்தப்படுகிறாய். ஆட்கொல்லி நோயாளிகளோடு சேர்க்கப்பட்டுத் தீண்டப்படாத வனாகிறாய். பிறகு உனக்காக ஒதுக்கப்படும் தனி அறைக்குள் புகுந்து காற்றுப் புக முடியாதவாறு கதவைத் தாளிட்டுக்கொண்டு விட வேண்டியதுதான். மனிதனின் கண்டுபிடிப்புகளிலேயே கதவைப் போல முக்கியமானது வேறொன்று இருக்க முடியாது தாஸ். பொறியியலாளர்களே அவற்றின் பிரும்மாக்கள். திட்ட வட்டமான பயன்பாட்டு நோக்கங்களுக்காகவே அவர்கள் கதவுகளை உருவாக்கினார்கள். புறவுலகின் அபாயங்களிலிருந்து தற்காத்துக்கொள்வது முக்கிய நோக்கம். திருடர்களாலும்

மிருகங்களாலும் கள்ளப்புணர்ச்சி செய்பவர்களாலும் நமது உடைமைகள் சேதப்படுத்தப்படலாம். அதனால்தான் ஒவ்வொரு கதவும் பூட்டப்படுகிறது. பூட்டப்பட்ட ஒவ்வொரு கதவின் முன்பாகவும் தொங்குகிறது திருடர்கள் ஜாக்கிரதை என்னும் எச்சரிக்கைப் பலகை. கதவுகளைப் பூட்டுவதற்கும் திறப்பதற்கும் கூடப் பல ஆலோசனைகள் உண்டு தாஸ். பூட்டிய பிறகு பூட்டை இழுத்துப் பார்த்துக்கொள்ளத் தவறக் கூடாது. பூட்டு களிலும் உண்டு போலிகள். தட்டுவது யார் என்பதைப் பற்றிய நிச்சயமில்லாமல் கதவைத் திறப்பது ஆபத்தானது தாஸ். அறிமுக மானவர்களானாலும் வரையறைகள் உண்டு; யார் யாரை எந்தெந்த நேரத்தில் எவ்வளவு தூரம்வரை உள்ளேவர அனுமதிக்க லாம் என்பவைகூட முன்பே திட்டமிடப்பட்டிருப்பவை தாஸ். பொறியியலாளர்களின் அபாரமான மூளைக்கு நமது வீடுகளே சான்றுகள். வரவேற்பறைகள், கூடங்கள், சமையலறைகள், புழக் கடைகள், படுக்கையறைகள். ஒவ்வொன்றின் வாயிலிலும் கதவுகள். கதவுக்குள் கதவுகள். கதவுகளில்லாமல் குடும்பங் களில்லை. படுக்கையறைகளை வடிவமைக்க வெறும் பொறியியல் அறிவு மட்டும் போதாது தாஸ், தேர்ந்த கலாஞானம் அவசியம். காமத்தைத் தூண்டும் கலை நுட்பத்தை அறிந்தவனே படுக்கை யறைகளை வடிவமைக்கிறான். புணர்தலின் நுட்பங்களை அறிந்த நம் சிற்பிகள் காமத்தைக் கற்களில் செதுக்கினார்கள்; தச்சர்கள் கட்டில்களில் செதுக்கினார்கள்; கவிகளோ காற்றில் மகரந்தத் துகள்களை மிதக்கவிட்டார்கள். ஆனாலும் தாஸ் பூட்டிய அறை களே புணர்தலுக்கேற்றவை. கதவைத் தட்டுபவர்களுக்கும்கூட காலம் பற்றிய விழிப்பு அவசியம். தட்டும் நேரம் புணர்தலின் காலமாகவும் இருக்கலாம். அப்போது ஓசைப்படுத்தாமல் வெளியேறிச் சென்றுவிட வேண்டும். புணர்பவர் கள்ளக்காதலர் என்றால் கதவைத் தள்ளிக்கொண்டு முன்னறிவிப்பின்றிப் பிரவேசிக்கும் உரிமை யாருக்கும் உண்டு.

நீயோ கதவுகளைப் பூட்டிக்கொள்ள மறந்துவிடுகிறாய். அல்லது திறந்துவைத்துவிட்டு உள்ளே பிரவேசிப்பவர்களைப் பற்றிய பிரக்ஞையற்றவனாயிருக்கிறாய். பூட்டிய அறைகள் பற்றிய எச்சரிக்கையுணர்வோ உனக்கு முற்றாக இல்லை. செயலில் இறங்கத் தெரியாமல் வெறுமனே பிதற்றிக்கொண்டிருக் கிறாய். தாஸ், கதவை விரியத் திறந்துகொண்டு உள்ளே போ, உனக்குக் கிடைக்கும் நிர்வாணத்தின் ஒரு தரிசனம்.

வெறும் ஒற்றை முனகலல்ல; சற்றே உரத்த தொனி கொண்ட சத்தம். விரகத்தின் கரை மீறிய வேதனையின் விளிம்பில் வெடித்துச் சிதறும் விம்மல்கள். உச்சத்தை எட்டியதன் அடை யாளம். இல்லாவிட்டால் யோனியின் குறுகலான சுவர்களுக் கிடையே நசுங்கும் சிசுவின் முதல் குரல். வேண்டாம், ஆபத்

தோடு விளையாடும் இந்த அபத்தம். பூட்டிய அறைக்குள்ளிருந் தல்ல, என்னிடமிருந்தே வருகின்றன இந்தச் சத்தங்கள். வெறும் விக்கல்கள்? உடலின் தாகத்தை உணர்த்தும் ஒரு சமிக்ஞை? இல்லை, மரணத்தின் முன்னறிவிப்பே இச்சத்தங்கள். புணர்ச்சி யின் தடயமோ பிறப்பின் அடையாளமோ அல்ல. தனது மூதாதையர்களுக்குரிய இணைப்புகள் தேய்ந்துபோன மர நாற்காலியில், சுவாசத்தின் அறுந்த இழைகளோடு போராடிக் கொண்டிருக்கும் ஒரு உயிர் மரணத்திற்கெதிராக எழுப்பும் கண்டனமாகவும் இவற்றை எடுத்துக்கொள்ளலாம்.

வாழ்க்கைக்கெதிராக வாழ்க்கையென்றால் மரணத்துக் கெதிராக மரணம்தான் தாஸ்.

தற்கொலைகள் கடவுளின் சித்தத்திற்குட்பட்டவையல்ல. மரணத்தைக் கடவுளின் கைகளில் ஒப்படைக்க விரும்பாத சுயமரியாதையுடைய மனிதனின் தேர்வு. தற்கொலைகள் கடவுளின் இருத்தலுக்கெதிரான சவால். கடவுளைக் கொலை செய்ய மனிதன் மேற்கொண்டுவரும் இடையறாத முயற்சி. இதுவரையிலுமான எல்லா மரணங்களுமே தற்கொலைகள் தான் என்றான் ஒரு கவிஞன் தாஸ், தெரியுமா உனக்கு?

ஹெஹெஹே . . .!

கவிஞர்கள் தத்துவவாதிகளாகும்போது உண்மை பேசத் தொடங்கிவிடுகிறார்கள். உண்மையைப் ஏற்றுக்கொள்ளத் தொடங்கிவிடுகிறார்கள். ஆனால் பாதி உண்மை. முழுமையான உண்மை மிகக் குரூரமானதாக்கும் தாஸ். கவிதை அவர்களது ஆன்மாவில் பாய்ச்சிய அன்பின் விந்துத்துளிகள் செய்த கைங் கரியம். அல்லாவிட்டால் தத்துவ தரிசனம் ஈவிரக்கமற்றதாயிருந் திருக்கும்; இதுவரையிலுமான எல்லா மரணங்களுமே தற் கொலைகள் என்பதற்குப் பதில் கொலைகள் என நிறுவுவதற்குத் தனது வாழ்நாட்களைச் செலவிட்டுக்கொண்டிருந்திருப்பான் அவன். மேற்குலகின் எண்ணற்ற தத்துவவாதிகளின் வரிசையில் நமது கவிஞனுக்கும் ஓரிடம் அளிக்கப்பட்டிருந்திருக்கும். அன்பு உண்மையை நிராகரிக்கிறது தாஸ். கடவுளை உன்னதத்தின் ஒரு வடிவமாகப் பார்க்கும் பேதமைகூட அன்பின் விளைவு தான். ஒரு கற்பிதத்துக்குக் கடவுளைப் பணியச் செய்து தனக்குப் பாதுகாப்புத் தேடிக்கொள்ள விழையும் வீண் முயற்சி. கடவுள் மனிதன் மேல் கொண்டிருப்பது அன்பல்ல, பழி; ஆதிப்பகை மையின் தீராத விளைவு. படைப்புச் செயலைத் தன்னிடமிருந்து பறித்துக்கொண்டுவிட்ட மனிதனை அன்பின் வடிவமான நமது கடவுளர்களால் ஒருபோதும் மன்னிக்க முடிந்ததில்லை. அதனால் தான் படைப்புச் செயலுக்கு ஆதாரமான புணர்ச்சியைப் பாவ காரியமாகச் சித்தரிக்கின்றன கடவுளர் தத்துவங்கள். பாவத்தின்

சம்பளம் மரணம்; படைப்புச் செயலைத் தன் பொறுப்பில் வைத்துக்கொள்ள மனிதன் தரும் விலை. மனிதனால் படைப்புச் செயலை, அதற்கு ஆதாரமான புணர்ச்சியை ஒருபோதும் கைவிட முடிந்ததில்லை. ஆனால் கடவுளின் பழிக்கு புணர்ச்சி ஒரு கருவி. புணர்ச்சியை முன்வைத்து நாம் ஒருவரையொருவர் சந்தேகிக்கிறோம்; ஒருவரோடொருவர் சண்டையிட்டுக்கொள் கிறோம்; ஒருவருக்கொருவர் போட்டியாளர்களாகிறோம்; மற்ற மனிதன் நரகமாகிறான்; ஒருவரை மற்றொருவர் அழிக்க முயல் கிறோம். படைப்புச் செயலை மட்டுமல்ல கடவுளின் காரியமான அழிவையும் தன் கைகளில் எடுத்துக்கொண்டான் மனிதன். விளைவோ பேரழிவு. கொலைபுரிதல் மனிதனுக்கு ஆறாவது அறிவாயிற்று தாஸ். நமது கடவுளர்கள் கைகொட்டிச் சிரிக் கிறார்கள். அந்தச் சிரிப்புச் சத்தம் நமக்குக் கேட்பதில்லை. கடவுளுக்கும் மனிதனுக்கும் அன்பு மற்றுமொரு ஆயுத மாகிறது. நாம் நிராகரிக்கப்படுகிறோம்; அவமானப்படுத்தப்படு கிறோம்; வலி தாளாமல் தற்கொலையை நாடுகிறோம். கொலை யும் தற்கொலையும் மரணத்தின் இரு பக்கங்கள் தாஸ்.

ஹெஹ்ஹே . . .!

உட்புறமாகத் தாளிடப்பட்ட அறைக்குள் நிர்வாணமாக உறங்கிக்கொண்டிருக்கிறது எனது நரகம். எனது கடவுளோ கைகொட்டிச் சிரித்துக்கொண்டிருக்கிறான். என் முன்பாக வைக்கப்பட்டிருக்கின்றன மரணத்தின் இரு வழிகள். கொலை அல்லது தற்கொலை. நாணயத்தின் இருவேறு பக்கங்கள். முழுமை பெறாத தத்துவ தரிசனம் முன்வைக்கும் அரைகுறை உண்மை, அல்லது நடைமுறை சார்ந்த ஒரு தீர்க்கமான முடிவு. தனது மூதாதையர்களுக்குரிய மர நாற்காலியில் சுவாசத்தின் கடைசித் துளிகளை மிதக்க விட்டுவிட்டுப் பாதி திறந்த விழிகளுடன் பிரேதமாய் உறைந்து கிடக்கும் ஒரு இரங்கத்தக்க மனிதன் அல்லது தனது படுக்கையறையினுள் மனைவியையும் அவளது கள்ளக் காதலனையும் கொலை செய்துவிட்டு ரத்தம் தோய்ந்த கரங்களை உயர்த்திச் சரணடையக் காத்திருக்கிற சுயமரியாதை யுள்ள கணவன். சந்தேகப் பேர்வழி, குரூரமான மன நோயாளி.

எனது மர நாற்காலியின் தேய்ந்துபோன இணைப்பு களிலிருந்து சத்தமெதுவும் எழுந்துவிடாதபடி மிகக் கவனமாக எழுந்து நின்றேன். திடீரென ஓங்கியெழுந்து பின்பு தணிந்தது மெழுகுச்சுடர். தனது பதுங்குகுழியிலிருந்து வெளிப்பட்டு முழுக் கூடத்தையும் ஆக்கிரமித்துக்கொண்டது இருள். கணத்துக்கும் குறைவான நேரம் எனது விழித்திரையில் நீடித்திருந்த வெளிச் சத்தின் கடைசிக் கீற்று பிறகு ஒரு கரப்பானைப் போலத் தப்பியோடி தானும் இருளுக்குள் பதுங்கிக்கொண்டது. இருளின் பெருவெளிக்குள் அந்தகனைப் போல மெழுகுவர்த்தி இருந்த

இடம் நோக்கி நகர்ந்தேன். எனது கைப்பிடிக்குள்ளிருந்து தன்னிச்சையாக நழுவி இருளுக்குள் சிதறியது பாதி கருகிய சிகரெட் துண்டு, எனது சந்தேகத்திற்கான ஒற்றை ஆதாரம்; மன ஆரோக்கியத்தின் தடயம். பதற்றம்கொண்டு கைகளை வீசினேன். இன்னதென யூகிக்கவியலாத ஒரு கனமான பொருளின் மீது மோதிற்று என் மண்டை. உலோகம் அல்லது கண்ணாடியாலான ஒரு பொருள் பேரோசையுடன் கீழே விழுந்து நொறுங்கியது. சரிந்து பிரார்த்தனை செய்பவனைப் போலத் தரையில் மண்டியிட்டேன். எனது பிரக்ஞையின் இணைப்புக் கண்ணிகள் தளரத் தொடங்கின. கண்கள் செருகத் தொடங்கின. செயலின்மையின் மீள முடியாத சதுப்புக் குழிக்குள் மூழ்கத் தொடங்கியது எனது மூளை.

தூங்குவதற்கு முயல்கிறேனா என்ன?

சாரு, உறங்குவது போலப் பாசாங்கு செய்துகொண்டிருக் கிறாய் நீ. உனது நாசித் துவாரங்களிலிருந்து பெருகும் சத்தங்கள் பொய்யானவை. பாதி திறந்த உனது விழிகள் நமது படுக்கை யறைக் கதவின் பளபளப்பான உட்பரப்பை எச்சரிக்கையுடன் கவனித்துக்கொண்டிருக்கின்றன. எனது மூதாதையர்களுடைய இம்மர நாற்காலியிலிருந்து எழும் சத்தங்களைத் துல்லியமாகக் கண்காணித்துக்கொண்டிருக்கிறது உனது மூளை. இங்கே கூடத் தில் என்ன நடந்துகொண்டிருக்கிறது என்பதைத் தெளிவாக யூகித்திருப்பாய். தாக்குதலுக்கானவையும் தற்காத்துக்கொள் வதற்கானவையுமான ஆயுதங்களை எப்போதும் பராமரித்து வருபவள் நீ. உறக்கமல்ல, பதுங்கல் உன்னுடையது. தாக்கு தலுக்கும் தப்பியோடுவதற்குமான பதுங்கல். தப்பியோடுவதற்கும் பாய்ச்சலின் நுட்பங்கள் தெரிந்திருக்க வேண்டும் சாரு.

நான் உன்னிடம் எதுவும் கேட்கப் போவதில்லை. என்னை ஏமாற்றிவிட்டுத் தப்பியோடுவது சுலபமானது. ஒற்றை ஆதார மாய் என்னிடம் எஞ்சியிருந்த பாதி கருகிய சிகரெட் துண்டு, இப்போது இருளின் மூடிய உள்ளங்கைகளுக்குள். போகும்போது அதைத் தனது கைப்பிடிக்குள் கொண்டுபோய் விடுவான் இருளின் வடிவம்கொண்டவன். நீ எனது கேள்விகளைப் பொருட் படுத்தப்போவதில்லை. சாரு கனவை ஒரு தோளிலும் நடை முறையை ஒரு தோளிலும் சுமந்துகொண்டிருப்பவள் நீ. ஒரு தோளில் கடவுளை, மற்றொரு தோளில் சாத்தானை. ஒன்றின் எடையை மற்றொன்று மிஞ்சிவிட முடியாதபடி பார்த்துக் கொள்ளும் சாமர்த்தியம் உனக்கிருக்கிறது. நீ ஒருபோதும் பாலன்ஸை இழப்பதில்லை. உனது கடவுளுக்கும் சாத்தானுக்கும் தடுமாற்றத்தின் துன்பங்களில்லை. ஒருவரின் இருப்பை மற்றவர் அறிந்துகொள்வதற்கான விருப்பம்கூட இல்லாமல் அவர

வருக்கும் உரிய இடத்தை அவரவரும் தக்கவைத்துக்கொண் டிருக்கிறார்கள். நமக்கிடையேயான உரையாடல்கள் இனி ஒருபோதும் தொடர முடியாது சாரு. எனக்கும் பிடிபடும் வாழ்வின் சூட்சுமம். கடவுளையும் சாத்தானையும் சமரசப் படுத்தும் வித்தை எனக்கும் கைகூடிவிட்டால், அவரவருக்கு முரிய இடங்களை அவரவருக்கும் பகிர்ந்தளித்துவிட முடியு மானால்?

துரோகத்திற்கெதிராகத் துரோகமாக்கும்? முத்தமிட மறுக்கும் உதடுகளைப் பழிவாங்க நிகோடினின் துர்நாற்றம், இல்லையா...தாஸ்? ஹ . . . ஹ. . . ஹாாா. உனக்குப் புகைபிடிக்கா மலும் இருக்க முடியாது, சந்தேகப்படாமலும் இருக்க முடியாது. ஆனால் இரண்டையும் விட்டொழித்துவிடுவதாகச் சத்தியம் செய்து தந்திருக்கிறாய். லட்சியக் கணவன் என்ற பெருமையைச் சுமக்க முடியாமல் தடுமாறிக்கொண்டிருக்கிறாய்.

தாஸ் சார், கங்கிராஸ்ட்ஸ். புகைபிடிப்பதை விட்டுவிட்டீர் களாமே? இல்லத்தரசியின் நிபந்தனையா? இல்லை சுய முடிவா? முத்தங்களுக்காக ஆண்கள் எவ்வளவு சத்தியமும் செய்வார்கள். ஹ . . . ஹ . . . ஹாாா. எனது கணவரும்கூட இப்படித்தான் சத்தியம் செய்து கொடுத்தார். எனக்குச் சந்தேகம்தான், தொடர்ந்த கண்காணிப்பில் ஒரு நாள் கையும் களவுமாகப் பிடித்துவிட்டேன். பாத்ரூமில் பாதி கருகியதொரு சிகரெட் துண்டு. அவரது திருட்டுத்தனத்திற்கான ஆதாரம். சார் நீங்கள் சாருவை ஏமாற்றா மலிருந்தால் சரிதான். நிஜமானதொரு அய்டியல் ஹஸ்பெண்ட் இல்லையா . . .? ஆல் தி பெஸ்ட் . . .!

ஆல் தி பெஸ்ட், ஆல் தி பெஸ்ட் . . .!

ஹிஹிஹி.

சந்தேகத்திற்கெதிராகச் சந்தேகமோ?

சந்தேகமே அறிதலின் ஆரம்பம். புலனாய்வாளர்களுக்கும் மருத்துவர்களுக்கும் அதுவே பற்றுக்கோடு. தீராத சந்தேகங்களே மகத்தான கண்டுபிடிப்புகளுக்குப் பாதையமைக்கின்றன. சந்தேகத்தை அடிப்படையாகக் கொண்ட இடையறாத கண் காணிப்புகளின் மூலமாகவே லட்சியங்கள் பாதுகாக்கப்படு கின்றன. இல்லாவிட்டால் லட்சியவாதிகள் கொண்ட லட்சியங் களிலிருந்து பிறழ்ந்து போய்விடுவார்கள். சிதைந்த நுரையீரல் களும் நிகோடினின் துர்நாற்றம் படிந்த உதடுகளும் லட்சியக் கணவர்களுக்குரிய அடையாளங்களில்லை என்பதை லட்சியக் கணவர்கள் ஒருபோதும் உணர்ந்துகொள்வதில்லை. இனி ஒரு போதும் புகைபிடிக்க மாட்டேன் என்று சத்தியம் செய்துகொடுப் பார்கள். ஆனால் ரகசியமாகப் புகைபிடித்துவிட்டு சூயிங்கம்

மென்ற வாய்களுடன் வீடு திரும்புவார்கள். அவர்களால் முத்தங் களையும் இழக்க முடியாது, சிகரெட்டுகளையும் இழக்க முடியாது.

ஆனால் முத்தங்களுக்காகப் பொய் சொல்லும் இயல்புடைய வர்களாக்கும் லட்சியக் கணவர்கள். அவர்களைக் கண்காணிக்க வேண்டும். அவர்களது நுரையீரல்களையும் உதடுகளையும் பாதுகாப்பது லட்சிய மனைவிகளுக்குரிய கடமை. புகைபிடிக்கும் லட்சியக் கணவர்களைக் கையும் களவுமாகப் பிடிப்பதற்கு முத்தங்களே பொறி. இதற்கு மிகுந்த சாமர்த்தியமும் நடிப்புத் திறனும் வேண்டும். வீடு திரும்பியதும், குளியலறைக்குப் போய் முகம் கைகால்கள் கழுவுகிற சாக்கில் தமது உதடுகளில் படிந் திருக்கும் நிகோடினின் துர்நாற்றத்தை அகற்றிவிட்டு வருவதற் கான சிறு வாய்ப்பையும் லட்சியக் கணவர்களுக்கு அளித்து விடக் கூடாது. வீட்டுக்குள் நுழையும்போதே லட்சிய மனைவி தனது உதடுகளில் புன்னகையும் விழிகளில் காதலும் பெருகி வழியுமாறு பார்த்துக்கொள்ள வேண்டும். சந்தேகத்திற்கு இட மளிக்காமல் நெருங்கி, சட்டைப் பித்தான்களைக் கழற்றவும் காதல் ரசம் சொட்டச் சொட்டப் பேசவும் மிக லாவகமாகத் தனது அணைப்பிற்குள் கொண்டுவரவும் சுவாசத்தை நுகரவும் தெரிந்திருக்க வேண்டும். நுகர்வின் மூலம் வித்தியாசமான வாடை எதையும் உணர முடியாத பட்சத்தில் அதீதமான காத லுணர்வுக்கு இரையாவது போலவும் உணர்ச்சிகள் குமிழியிடுவது போன்ற பாவனையிலும் முற்றிலும் கட்டுப்பாடற்ற விதத்தில் அன்பைப் பரிமாறிக்கொள்ள முனையும் தோற்றத்திலும் நிகோடினின் நாற்றம் படிந்த உதடுகளை அழுத்தமாக முத்த மிடுவதற்கு ஒரு லட்சிய மனைவிக்குத் தெரிந்திருக்க வேண்டும்.

ஹெஹ்ஹே . . .!

அதிக அன்பு வேசிகளுக்குரியது தாஸ். அதிக அன்பும் அதிகக் கோபமும் உணர்வுகளின் அதீதமான வெளிப்பாடு களும் வேசிகளுக்குரியவை. வேசிகளுக்கும் வாடிக்கையாளர் களுக்குமிடையேயான உறவும் கணவனுக்கும் மனைவிக்கு மிடையேயான உறவும் வெவ்வேறானவைகளல்ல தாஸ். குடும்ப அமைப்பும் விபச்சார விடுதிகளும்கூட வெவ்வேறானவை களல்ல. இரண்டுமே செக்ஸுவல் தேவைகளைப் பூர்த்தி செய்துகொள்ள சமூகம் அனுமதித்திருக்கிற ஏற்பாடுகள். வெளிப் படையாகத் தெரியவந்திருக்கிற சில வேறுபாடுகள் அந்தந்த அமைப்புகளின் நிர்வாகம் சார்ந்தவைகளேயல்லாமல் சாராம்சம் சார்ந்தவைகளல்ல.

ரணப்படுத்தப்பட்டதொரு மனதில் கூக்குரல். ஆரோக்கிய மானவையென்ற மயக்கத்திலிருக்கும் மூடிய மனங்களுக்கு

எரிச்சல். எரிச்சலல்ல வலி; தாங்க முடியாத வேதனை. ரணப் படுத்தப்பட்ட மனம் எல்லா மனங்களையும் ரணப்படுத்தித் தனது ரணத்தின் இருப்புக்கு அர்த்தம் தேடிக்கொள்கிறது.

எதிர்ப்பின் சிறு பொறியொன்று எனக்குள் எழுந்து சாம்பலாய் உதிர்ந்தது. கிறீச்சிட்டு நின்றது நானும் நண்பனும் பயணம் செய்துகொண்டிருந்த ஆட்டோ. வன்மம் கொண்ட வனாக எங்களை நோக்கித் திரும்பியிருந்தான் நடுத்தர வயதைக் கடந்தவனான டிரைவர். அவனது பருத்த தேகத்தையும் துருத்திய பல்வரிசையையும் முகத்துக்கு வெளியே நீண்ட தாடைகளையும் ரோமங்களற்ற முன் கையையும் கொண்டு அவன் தனது மனைவியின் அதீதமான காமத்துக்கு ஈடுகொடுக்க முடியாதவன், அது சம்பந்தமான தாழ்வு மனப்பான்மைக்கும் குற்ற உணர்வுக் குள்ளாகி வதைப்பட்டுக்கொண்டிருப்பவன் என யூகிப்பதற்குப் போதிய காரணங்கள் இருக்கின்றன என்று அவன் போன பிறகு சொன்னான் எனது நண்பன். அவன் இதைச் சொல்லி முடித்ததும் தாங்க முடியாத சுய அருவருப்புக்காளானேன் நான். அவனை அந்த இடத்திலேயே விட்டுவிட்டு ஓடிவிட வேண்டுமென்ற எண்ணமும் தோன்றிற்று. ஆனால் நண்பன் உரத்த தொனியில் சிரித்துக்கொண்டிருந்தான். எங்களை இறங்கிக் கொள்ளுமாறு மிகுந்த பணிவுடன் கேட்டுக்கொண்டிருந்தான் ஆட்டோ டிரைவர். ஒரு நேரடியான வன்முறைக்கான தயார் நிலையாகவும் அவனது பணிவு எங்களுக்குத் தென்பட்டது. நாங்கள் இறங்க வேண்டிய இடம் இன்னும் வெகு தொலைவுக் கப்பால் உள்ளது என்பதைச் சுட்டிக்காட்ட முயன்றபோது அது தனக்குத் தெரியுமென்றான். தொடர்ந்து ஒரே ஆட்டோவில் பயணம் செய்வது இரு தரப்பினருக்குமே ஆரோக்கியமானதாக இருக்காது எனத் தான் கருதுவதாகவும் சொன்னான். வெகு சிரமப்பட்டுத் தனது உணர்ச்சிகளைக் கட்டுப்படுத்திக்கொண் டிருக்கிறான் என்பது தெரிந்தது. அதுவரையிலுமான பயணத் திற்கு நாங்கள் கணக்கிட்டுக்கொடுத்த சொற்பத் தொகையை, வேண்டா வெறுப்பாக வாங்கிப் பாக்கெட்டில் போட்டுக் கொண்டு தலைதெறிக்கும் வேகத்தில் தனது வாகனத்தைச் செலுத்தி மறைந்தான். வேறொரு ஆட்டோவை அமர்த்திக் கொள்ளும் எனது யோசனையைப் புறக்கணித்துவிட்டு நடக்கத் தொடங்கினான் நண்பன். மனிதாபிமானமற்றவன், குறைந்தபட்ச நாகரிகத்தையும்கூடப் பின்பற்றத் தெரியாதவன் என அந்த ஆட்டோ டிரைவரின் மீது வசைமாறிப் பொழிந்தபடி நானும் அவனுடன் நடக்கத் தொடங்கினேன். எனது வசைச் சொற்களில் எதிர்மறையாகப் பயன்படுத்தப்பட்ட அந்த இரண்டு வார்த்தை களையும் தான் வெறுப்பதாகவும் இனி ஒருபோதும் அவற்றைத் தன் முன்னால் உச்சரிக்கத் துணிய வேண்டாமெனவும் மிகக் கடுமையான குரலில் எச்சரித்துவிட்டு நடையின் வேகத்தைத்

பிறகொரு இரவு ✄ 73 ✄

துரிதப்படுத்தினான் நண்பன். நான் அந்த இடத்திலேயே அசை வற்று நின்று சில வினாடிகள்வரை அவனைப் பார்த்துக்கொண் டிருந்தேன். அவனது கால்கள் பின்னின, ஆனால் நடையின் வேகம் தணியவில்லை. ஒருவித எச்சரிக்கையுணர்வுடன் நடை யின் வேகத்தைக் கூட்டியவன் பிறகு ஓடத் தொடங்கினான். தனித்துவிடப்பட்டதனால் உருவான அச்சத்தின் விளைவாக வோ என்னவோ நானும் அவனைப் பின்பற்றி ஓடத் தொடங் கினேன். பிடித்துவிடுவேன் என நம்பிய தருணத்தில் அவன் நின்றுவிட்டான். மூச்சிரைக்கத் துரத்திக்கொண்டு வரும் என்னைத் திரும்பிப் பார்த்து உரக்கச் சிரித்தான். இருமவும் செய்தான். தொடர்ந்து சில கணங்கள் இருமித் தீர்த்து, களைப் புற்றவனைப் போல நடு ரோட்டில் கால்களை நீட்டி மல்லாந்து படுத்துக்கொண்டான். நானும் அவனருகே சென்று உட்கார்ந்து கொண்டேன். சட்டையைக் கழற்றி வீசிவிட்டு விரலிடுக்கில் புகைந்துகொண்டிருந்த சிகரெட்டை நுனிவரை உறிஞ்சிவிட்டு எஞ்சியிருந்த அடிநுனியைக் காற்றில் செங்குத்தாகச் சுண்டி விட்டான். சில அடிகள் மேல்நோக்கிப் பாய்ந்த சிகரெட் துண்டு அதே செங்குத்துக் கோணத்தில் அவனது மார்பைக் குறி வைத்து இறங்கியது. அதன் நுனியில் கனன்ற நெருப்பைக் கண்டு பதறி அவனை அப்புறப்படுத்த முனைவதற்குள் மிக லாவகமாகப் புரண்டு அதிலிருந்து தப்பித்துக்கொண்டான். விழுந்து நொறுங்கிய சிகரெட் துண்டிலிருந்து சிதறிய நெருப்புத் துணுக்குகள் தார்ச்சாலையின் மேலாகச் சிறிது தூரம்வரை பறந்துசென்று மறைந்து போயின. மீண்டும் சிரிப்புப் பீறிட்டது அவனுக்கு. ஆனால் ஓயாமல் பெருகிய இருமல் அவனது சிரிப்பைத் தடைசெய்தது.

அவனுடனான உறவு குறித்து முதல்முறையாக எனக்கு அச்சம் மூண்டது. வெகுநேரம்வரை எதுவும் பேசாமல் உட்கார்ந்துகொண்டிருந்தேன். தனது வலது கைச் சுட்டுவிரலை உயர்த்தி நட்சத்திரங்களை எண்ணிக்கொண்டிருந்தான் அவன்.

தாஸ் ஏதாவதொரு ஆட்டோவைப் பிடித்துப் பேசாமல் வீடுபோய்ச் சேர். சுய பாதுகாப்புக்கு ஆபத்து நேரும்போது வார்த்தைகளின் தளுக்கு விளையாட்டை யாராலும் ரசித்துக் கொண்டிருக்க முடியாது. எல்லா விளையாட்டுகளுமே ஏதாவ தொரு தருணத்தில் ஆபத்தானதாகிவிடுகிறது.

உரக்கச் சிரித்து எழுந்து கைகளை உதறிக்கொண்டு ஓட்ட மெடுத்தான். சில அடிகளைக் கடந்தபின் சரிந்து தலைகுப்புற விழுந்தான்.

எனது உடல் முழுவதிலுமிருந்து துர்நாற்றம் வீசிக்கொண் டிருந்தது. அவனுடைய இரு கடைவாய்களிலிருந்தும் வழிந்

திருந்த இறந்த செல்களையுடைய குருதியும் நொதித்துப்போன ஆல்கஹாலும் புளித்த உமிழ்நீரும் எனது மார்புப் பள்ளத் தினூடாகக் கீழிறங்கி வயிற்றில் தேங்கியது. சாலையை ஒட்டி யிருந்த குண்டும் குழியுமான பிளாட்பாரத்தில் அவனைக் கிடத்திவிட்டு ஏதாவதொரு ஆட்டோ அல்லது காரைப் பிடிக்கும் எண்ணத்துடன் சாலையின் இரு முனைகளையும் கவனித்துக் கொண்டிருந்தேன். போக்குவரத்து நெரிசலற்ற நெடுஞ்சாலை யில் கண்மூடித்தனமான வேகத்தில் எதிரெதிராக விரைந்து கொண்டிருந்த வாகனங்களில் எதுவும் என்னைப் பொருட்படுத்த வில்லை.

ஆனால் இதை நீ மனிதாபிமானம் எனச் சொல்லிக்கொள்ள விரும்புகிறாயாக்கும்?

இது ஒருவகையான ஒப்பந்தம் தாஸ், சுயபாதுகாப்பை முன்னிட்டு ஒருவர் மற்றவரோடு செய்துகொள்ளும் ஒப்பந்தம். இப்பொழுது நீ எனக்குச் செய்துகொண்டிருப்பவைகளை நாளையேகூட நான் உனக்குத் திருப்பிச்செய்ய நேரலாம். ஏதாவது காரணத்தைச் சொல்லி நான் மறுக்க நேர்ந்தால் மனிதாபிமானமற்றவனென்றோ நன்றி கெட்டவனென்றோ உனது மொழிக்கிடங்கின் தரத்திற்கேற்றவாறு எதையாவது சொல்லி என்னைக் குற்றம் சாட்டுவாய், என்னை நிரூபித்துக் கொள்ளும் பொருட்டு நானும்கூட உனக்கு உதவும் ஒரு தருணத்தை எதிர்பார்த்துக் காத்திருப்பேன். பரஸ்பர நலன்களைக் காப்பாற்றிக்கொள்ளும் பொருட்டே நாம் இதைப் போன்ற வார்த்தைகளுக்குக் கீழ்ப்படிந்துகொண்டிருக்கிறோம். சுயநலத் துடன் தொடர்புபடுத்தாமல் மனிதாபிமானத்தை, சுயபாது காப்புடன் தொடர்புபடுத்தாமல் நாகரீகத்தை நம்மால் விளக்கி விட முடியும் என உன்னால் நம்ப முடிகிறதா? தாஸ், சுயநலமும் சுயபாதுகாப்பும் இயற்கையான உயிரியல் செயல்பாடுகள். மிருகங்களுக்கும்கூட இதே உணர்வுகள் உண்டு. மனிதனே மேம்பட்ட மிருகம்தான், இல்லையா தாஸ்? வேறுபாடுகளைச் சுட்டிக்காட்ட வேண்டுமென்றால் மனிதன் உணர்வுபூர்வமான வன் எனச் சொல்லலாம். உணர்வுபூர்வமானவன், தந்திரமான வன், பிறப்பும் இறப்பும் மனிதனுக்கும் மிருகத்துக்கும் பொது. பிறப்பும் இறப்பும் புணர்ச்சியும். ஆனால் மிருகங்கள் வம்ச விருத்தியை முன்னிட்டே புணர்கின்றன. புணர்ச்சிக்காகவே புணர்ச்சி என்பது மனிதனுக்கு மட்டும்தான் தாஸ். மிருகங்கள் குடிப்பதில்லை, புகைபிடிப்பதில்லை, நிகோடினின் துர்நாற்றத்தை மறைக்கச் சூயிங்கம் மென்ற வாயுடன் எந்த மிருகமும் தனது வீட்டுக்குத் திரும்புவதில்லை. திருட்டுத்தனத்தைக் கண்டுபிடிக்கத் தனது இணையை முத்தமிட வேண்டிய நிர்ப்பந்தம் எந்த மிருகத்திற்கும் இல்லை தாஸ்.

நீ என்னை மிருகம் எனக் குற்றம் சாட்டினாய். மிருகம், காமுகன், மனநோயாளி . . .!

ஏற்கனவே நான் உனது அணைப்புக்குள் வந்திருந்தேன். சாரு, உனது விழிகளில் காதலும் காமமும் பெருகிவழியுமாறு பார்த்துக்கொள்வதில் வெற்றிபெற்றிருந்தாய். எனது சட்டைப் பட்டன்களை ஒவ்வொன்றாகக் கழட்டிக்கொண்டே காதல் ரசம் சொட்டச் சொட்டப் பேசிக்கொண்டிருந்தாய். எனது சுவாசத்திலிருந்தும் உதடுகளிலிருந்தும் நிகோடினின் துர்நாற்றத்தை உறுதிப்படுத்திக்கொள்ள முடியாமல் போனபோது மிக லாவகமாக உன்னை விடுவித்துக்கொள்ளும் முயற்சியில் ஈடுபடத் தொடங்கினாய். உனது கருவிழிகளுக்குள் ஏமாற்றத்தின் கொடிய மிருகங்கள் நடமாடுவதை நான் கவனித்தேன். வசீகரமான உனது முகப் பரப்பெங்கும் வன்மத்தின் மிக ரகசியமான துடிப்புகள். ஆனால் ஒரு கணம் ஏமாந்துவிட்டாய். அதீதமான காமத்துக்கும் குமிழியிடும் உணர்ச்சிகளுக்கும் இரையாகிக் கொண்டிருக்கிறேனென்று நினைத்தாய். லாவகமாக என்னிடமிருந்து விடுவித்துக்கொள்ளும் உனது முயற்சியைத் தொடர்ந்தாய். செல்லமாக முனகுவது போன்ற பாவனையில் எனது செவிகளில் எதையோ கிசுகிசுக்கவும்கூடச் செய்தாய் இல்லையா சாரு? ஆனால் உனது உதடுகளைக் கவ்விக்கொண்ட அந்தக் கணத்திலேயே உனக்கு எனது வன்மம் புரிந்துபோயிருக்க வேண்டும். நீ பதற்றமடையத் தொடங்கினாய். பதற்றத்தை வெளிக்காட்டிக் கொள்ளாமல் விடுவித்துக்கொள்ளும் உனது முயற்சியைத் தீவிரப்படுத்தினாய். ஆனால் எனது பிடி இறுகியிருந்தது. உனது முயற்சியில் உன்னால் கொஞ்சம்கூட வெற்றிபெற முடியவில்லை. நான் சிரிக்கத் தொடங்கியதும் உனக்கு எல்லாம் தெளிவாக விளங்கிவிட்டது சாரு. கைகால்களை உதறத் தொடங்கினாய். நான் உனது உள்ளாடைகளைக் கிழித்தெறிய முற்பட்டதும், நீ என்னை உனது கூரிய நகங்களால் பிராண்டினாய், எனது தோள்பட்டையைக் கடித்துக் காயப்படுத்தவும் உனக்கு முடிந்திருந்தது. பதிலுக்கு நானும் உனது உதடுகளைக் கடித்தேன். அதீதக் காமம் கொண்டவனைப் போல எனது நகங்களால் உனது மென்மையான மார்பகங்களைப் பற்றிப் பிசைந்தேன், கடித்தேன். அவற்றின் காம்புகளிலிருந்து குருதி கசியத் தொடங்கியிருந்தது. வலி தாளாமல் நீ கூச்சலிடத் தொடங்கினாய், கதறினாய், என்மீது சட்டபூர்வமான நடவடிக்கை மேற்கொள்ளப் போவதாக விம்மல்களூடே எச்சரித்தாய். பிறகும் வெகுநேரம்வரை உன்னால் உடைகளைத் திரும்ப அணிந்துகொள்ள முடியவில்லை. இதே மர நாற்காலியில், வெறும் உள்ளாடைகளுடன் உட்கார்ந்தபடி நான் நிதானமாகப் புகைபிடித்துக்கொண்டிருந்தேன். சாரு எனது நுரையீரல்களிலிருந்து வெளிவந்த நிகோடினின் துர்நாற்றம்

மிகுந்த சிகரெட் புகை உன்னை முற்றுகையிட்டு விளையாடிக் கொண்டிருந்ததை நான் பார்த்துக்கொண்டிருந்தேன்.

பின்னர் ஒப்புதல் வாக்குமூலங்களும் மன்னிப்புக் கோரல்களும்.

சாரு அந்தத் தருணத்தில் நாமிருவரும் அதீதமாக உணர்ச்சி வசப்பட்டுவிட்டதாகவும் முற்றிலும் சுயகட்டுப்பாடற்ற முறையில் நடந்துகொண்டுவிட்டதாகவும் நமக்கு நாமே பரஸ்பரம் சமாதானம் சொல்லிக்கொண்டோம். அப்படியொரு பொய்யான சமாதானம் நமக்கிடையே ஏற்படாதிருந்திருந்தால், அந்த நிகழ்வை ஈவிரக்கமற்ற முறையில் நமக்குப் பரிசீலிக்கச் சாத்தியப் பட்டிருந்தால்?

ஒரு சைக்காலஜிஸ்ட்டால்கூட உன்னை மன்னிக்க முடியாமல் போய்விடலாம் தாஸ். குணப்படுத்தலுக்கு அப்பாற் பட்ட மனநோயாளி என்று வெகு சுலபமாக முடிவு செய்து விடுவான். உனது கூக்குரல்களைக் காதில் போட்டுக் கொள்ளாமல் பூட்டிய வீட்டுக்குள் உன்னை அடைத்துப் போடுமாறு யோசனை சொல்லிவிடுவான். சைன்டிஸ்ட்டுகளுக்கும் டாக்டர்களுக்கும் தர்க்கத்துக்கு அப்பாற்பட்ட நிகழ்வுகளை ஒப்புக்கொள்ள முடியாது தாஸ்.

ஆனால் கவிஞர்களுக்கு?

கவிஞர்களை உலகம் ஒருபோதும் பொருட்படுத்தியதில்லை. கவிஞர்களையும் மனநோயாளிகளையும் வெவ்வேறானவர் களாகக் கருதுவதுமில்லை. மனநோயாளிகளைப் போலவே கவிஞர்களும் தனிமைப்படுத்தப்பட்டிருக்கிறவர்கள்தான் தாஸ்.

காதல் எப்பொழுது முடிவடைகிறதோ அப்பொழுது வெறுப்பு மூளத் தொடங்குகிறது.

காதல் நாணயத்தின் மற்றொரு பக்கமே வெறுப்பு.

காதலின் துன்பத்தைச் சகித்துக்கொள்ள முடியாமல் எண்பத்து மூன்று வயதில் வீட்டைவிட்டு வெளியேறி, ரயில்வே ஸ்டேஷனின் குளிர் மிகுந்த ஓய்வறையில் மரணத்தைத் தழுவிய உலகின் மகத்தான மனிதனின் ஒப்புதல் வாக்குமூலங்களாக்கும் இவைகள். வலிப்பு நோயாளியான மற்றொரு மகத்தான மனிதனோ காதலை யுத்தத்துக்கு ஒப்பிட்டான். யுத்தம் தாஸ். இதில் சமரசங்களுக்குத் துளியும் இடமில்லை. தீர்மானகரமான வெற்றி அல்லது நிச்சயமான தோல்வி. இரண்டில் ஒன்றை எட்டும்வரை அதன் தீவிரம் குறையப் போவதில்லை.

பிறகொரு இரவு

ஹ . . . ஹ . . . ஹாஆ . . .

தீர்மானிக்கும் தருணம் இது. வெற்றி அல்லது தோல்வி இரண்டில் ஒன்றை நிச்சயித்தாக வேண்டும். இந்தத் தருணத்தை நான் ஒருபோதும் கோட்டைவிடப் போவதில்லை சாரு. இரண்டி லொன்று. எங்களிருவரில் யாராவது ஒருவன். தீர்மானிக்கும் வாய்ப்பு எனது கைகளுக்கு வந்திருக்கிறது. ஊசலாட்டங்களுக்கு இனி ஒருபோதும் இடமளிக்கப் போவதில்லை. மூடிய கதவை உதைத்துத் திறந்து உங்களிருவருக்கும் உங்களது சொந்த உடல் களின் நிர்வாணத்தைக் காட்டப்போகிறேன். என்ன வேண்டு மானாலும் நடந்துகொள்ளட்டும். கொலை அல்லது தற்கொலை, எந்தக் கவிஞனும் தத்துவவாதியும் என்னை இதிலிருந்து பின் வாங்கச் செய்ய முடியாது. எனது கவிஞனும் தத்துவவாதியும் மித மிஞ்சிய ஆல்கஹாலுக்கு இரையாகிவிட்டார்கள். அவர்களது மூளையின் செல்களும் இரைப்பையும் குடல்களும் கெட்டுப் போய்விட்டன. அனாதைப் பிணமாய் கார்பரேஷன்காரர்கள் அவனைக் கொண்டுபோய் கடலில் வீசிவிட்டு வந்துவிட்டார்கள். ஆல்கஹாலின் அரிப்புக்குள்ளான அவனது உள்ளுறுப்புகள் இப்போது கண்ணாடிக் குடுவைகளில் பாதுகாக்கப்படுகின்றன. மருத்துவம் பயிலும் மாணவர்களுக்கு ஒரு ஸ்டடி மெட்டீரிய லாகும் கவிஞனின் உடல். ஆல்கஹாலின் தீமையை உணர்த்த, செல்லரித்த பகுதிகளை நுண்ணோக்கி மூலம் போட்டோ எடுத்துத் தெருமுனைகளில் மாட்டிவைப்பார்கள். ஆல்கஹாலின் தீமையையும் கவிதையின் தீமையையும்.

தாஸ், நண்பர் என்று சொல்கிறீர்கள். ஆனால் அவரது உடலைப் பெற்றுக்கொள்ள மறுக்கிறீர்கள். இதை எங்களால் புரிந்துகொள்ள முடியவில்லை. தவிர இது ஒரு சட்டப் பிரச்சினை. எங்களது மருத்துவமனையில் அனாதைப் பிணங்களை அடக்கம் செய்வதற்கு எந்த ஏற்பாடும் இல்லை. நாங்கள் அரசாங்கத்தின் உதவியை நாட வேண்டியிருக்கும். இந்தப் படிவங்களில் நீங்கள் சில கையெழுத்துகளைப் போட வேண்டியிருக்கும். இதில் தயங்குவதற்கு ஒன்றுமில்லை, சில சடங்குகளை நிறைவேற்ற வேண்டியிருக்கிறது, அவ்வளவுதான். ஆனால் நல்ல வேளையாக போஸ்ட் மார்ட்டம் ரிப்போர்ட்டில் உங்களுக்கு எதிராக எதுவுமில்லை. அந்த நடுநிசியில் நீங்கள் அவரது உடலுடன் வந்து நின்றபோது உங்களைப் பார்க்க எப்படியிருந்தது தெரியுமா? நிச்சயமாக அது ஒரு கொலையாகவே இருக்க வேண்டுமென்று நினைத்தோம். உங்களது நண்பர் தனது குடல் பாகங்களை அவ்வளவு மோசமாக அழுகிப்போவதற்கு அனுமதிக்காமலிருந் திருந்தால்? மித மிஞ்சிய போதையில் அவரது மூளையின் ரத்தக் குழாய்களில் வெடிப்பு ஏற்படாமலிருந்திருந்தால்?

அனுதாபத்துக்குப் பதிலாக விசாரணை, ஸ்டாதஸ் கோப்புக்குப் பதிலாகக் கைவிலங்கு. எனி ஹேவ் யூ ஆர் சேவ்டு. தப்பினீர்கள் தாஸ். ஆல் த பெஸ்ட்!.

ஆல் த பெஸ்ட்... ஆல் த பெஸ்ட்!

மூடிய கதவுகளுக்குள் பின்னிக் கிடக்கும் இரு நிர்வாண உடல்கள் பற்றிய கற்பனை தரும் குரூரமான சந்தோஷத்தில் கண்களை மூடிக்கொண்டிருந்தேன் நான். சுவிட்சு பாக்ஸுக்கு மேலே இருக்கின்றன தீப்பெட்டியும் மெழுகுவர்த்தியும்; படுக்கை யறைக்குள்ளிருக்கிறது எமர்ஜென்ஸி லாம்ப். இருளில் தட்டுத் தடுமாறி எழுந்து எனது தலைக்கு நேர் மேலாக இருந்த சுவிட்ச் பாக்ஸிலிருந்த மெழுகுவர்த்தியை எடுத்துக் கொளுத்திக் கையில் பிடித்துக்கொண்டேன். சற்று நேரத்திற்கு முன்னால் கீழே விழுந்து நொறுங்கியிருந்தது கண்ணாடிக் குடுவை. உடைந்த கண்ணாடிச் சில்லுகள் ஒரு அரண் போலக் கூடம் முழுக்க இறைந்து கிடந்தன. அவற்றைப் பொருட்படுத்தாமல் தாண்டிக் கொண்டு நடக்க முற்பட்டபோது எனது உள்ளங்காலைக் குத்திக் கிழித்தது கூர்மையான கண்ணாடித் துண்டொன்று. எனது தொண்டைக்குழியிலிருந்து தன்னிச்சையாகப் பீறிட் டெழுந்தது ஒரு உரத்த சத்தம்.

பெண் அல்லது சிசு; வேதனை அல்லது விரகம்; புணர்ச்சி யின் அடையாளம் அல்லது பிறவியின் தடயம். வேண்டாம்! அபத்தமான இந்த விளையாட்டுகளை இத்தோடு நிறுத்திக் கொள்ளலாமே, தருக்கங்களின் கோரைப்பற்களுக்கிடையே சிக்கிக்கொள்ள வேண்டாம். நடைமுறையின் கைப்பிடியிலிருக் கும் ஊன்றுகோலின் ஒரு நுனிபோதும் எனக்கு. உடைந்த கண்ணாடிச் சில்லுகளின் கூரிய சிதறல்களுக்கிடையே எரியும் மெழுகுவர்த்தியுடன் நின்றுகொண்டு மூளையின் செல்லரித்த பாகங்களிலிருந்து வழியும் உபயோகமற்ற எண்ணங்களை முற்றாகத் துடைத்தெறிந்துவிட்டு ஒரே பாய்ச்சலாகப் பாய்ந்து கதவைத் தள்ளித் திறந்தால்?

தாஸ் கதவைத் திற, கதவைத் திற!

சட்டென்று எனது கையிலிருந்து நழுவிக் கீழே விழுந்து அணைந்தது, மெழுகுவர்த்தி. அதே கணத்தில் பளீரெனப் பற்றிக்கொண்டது குழல் விளக்கின் பிரகாசம். குதிகாலின் வலியைப் பொருட்படுத்தாமல் ஒரே வீச்சில் பாய்ந்து கதவைத் தள்ளினேன்.

கடவுளே...!

கட்டிலின் மீது ஆழ்ந்த உறக்கத்தில் கிடந்தது ஒரு பச்சிளம் குழந்தை. பிறந்து சில கணங்களே ஆன சிசு. அதன் மேனியிலிருந்து

வீசிக்கொண்டிருந்த உதிரத்தின் வாடை அந்த அறை முழுக்கப் பரவிக்கிடந்தது. இன்னும் அறுத்து வீசப்பட்டிருக்காத தொப்புள் கொடி துவண்ட ஆண் குறியைப் போல அதன் வயிற்றின்மேல் கிடந்தது. மிருதுவான சருமத்தில் அங்கங்கே விரல்கள் பதிந்ததன் கன்றிய அடையாளங்கள். ஜனனத்திற்கு உதவிய மருத்துவரின் விரல் அடையாளங்களாயிருக்கலாம்.

எங்கே சாரு?

'காலச்சுவடு', ஜனவரி 2007

பிறகொரு இரவு

யாரோ தன் அறையின் கதவுகளைத் தள்ளித் திறப்பதை அவற்றின் மெல்லிய கிரீச்சிடலைக் கொண்டு அறிந்துகொண்டார் காந்தி. பிறகு மிகக் கவனமாக அடி வைத்து நெருங்கிவரும் பாதங்களின் அதிர்வுகள். கண்களை மூடிக்கொண்டு தூங்குவதைப் போலப் பாவனை செய்தார் மகாத்மா.

தனிக்லால்தான் அது. பிர்லா மந்திரில் வாழும் ஜீவன்களிலேயே அதிக எச்சரிக்கை உணர்வுகொண்ட கிழவர்; காந்தியின் முதன்மைச் செயலாளர்; செயலாளர் என்பதைவிடச் சீடன் எனச் சொல்லிக்கொள்வதில் அதிகப் பெருமை கொள்பவர்; அவருக்குப் பணிவிடை செய்வதையே தேச சேவையாக நம்பிக்கொண்டிருப்பவர். மகாத்மாவின் அறைக்கு நேரெதிரே உள்ள மிகச் சிறிய அறையொன்றிலிருந்து விடிய விடியத் தூங்காமல் அவரைக் கண்காணித்துக்கொண்டிருப்பது ஒன்றுதான் தனிக்லாலின் பணி. ஒரு இரவில் குறைந்தபட்சம் மூன்று முறையாவது காந்தியின் அறைக்குள் வந்து அவர் நன்றாக இருக்கிறாரா என நிச்சயப்படுத்திக்கொள்வார். அவரிடமிருந்து வெளிப்படும் சிறு முனகல்கூட தனிக்லாலைப் பெரும் பதற்றத்திற்குள்ளாக்கிவிடும். ஒருமுறை விளையாட்டாக அவரிடம் சொன்னார் காந்தி, "இந்தக் கண் காணிப்பும் உறக்கமின்மையும் எதற்காக தனிக்லால்ஜி? நெருங்கிவரும் என் மரணத்தை நேரடியாகப் பார்த்து விடும் ஆசையோ?" பாதி விளையாட்டாகவும் பாதி உண்மையாகவும்.

பதறிவிட்டார் தனிக்லால்.

"தங்களுக்கு என்றுமே மரணமில்லை பாபுஜி. இந்தத் தேசத்தின் எதிர்காலம் கருணை மிகுந்த தங்கள் கரங்களில் பத்திரமாக ஒப்படைக்கப்பட்டிருக்கிறது."

பெருமூச்செறிந்தார் காந்தி.

“நான் ஒன்றும் அவ்வளவு சீக்கிரம் செத்துப்போய்விட மாட்டேன் தனிக்லால்ஜி, என் கடமைகள் இன்னும் முற்றுப் பெறவில்லை. என் போராட்டங்களும் மிக நீண்டவை. தேவைப் படும்வரை வாழ்வதற்குச் சபிக்கப்பட்டிருப்பவன் நான். ஒரு வேளை கடவுள் என்னை முன்கூட்டியே அழைத்துக்கொள்ளத் தீர்மானிப்பாரெனில் எவராலும் அந்தத் தருணத்தை முன்னுணர முடியாது. உங்களாலும்கூட. இருமலும் முனகலும் என் மரணத் தின் சமிக்ஞைகளாக ஒருபோதும் இருக்கப்போவதில்லை. என் மரணம் சத்தங்களற்றதாகவே இருக்கும்! அநேகமாக ஒரு வசந்தகாலத்தின் அதிகாலைப் பொழுதில், அப்போது எல்லாத் தாவரங்களும் பூக்கத் தொடங்கியிருக்கும். தில்லியின் மையத்தில் ஆயிரம் வருடங்களாக இருந்துவரும் மிக உயர்ந்த தேவதாரு மரத்தின் உச்சியில் வசிக்கும் சிறு பறவை முதலாவதாக விழித்துக்கொண்டு என் மரணத்தை உலகுக்கு அறிவிக்கும்! தனிக்லால்ஜி, அப்போது நீங்கள் உட்பட எல்லோரும் ஆழ்ந்து உறங்கிக்கொண்டிருப்பீர்கள்! கவலைகளை விட்டுவிட்டு இப்போது சற்றுத் தூங்குங்கள்.”

ஆனால் தனிக்லாலால் ஒருபோதும் தூங்க முடிந்ததில்லை. அதிகாலையில் எழும்போது தன் கட்டில் விளிம்பில் தலையைச் சாய்த்தவாறு அவர் உறங்கிக்கொண்டிருப்பதைக் காண்பார் காந்தி. அவர் விழித்துவிடக் கூடாதே என்பதற்காகத் துளியும் சத்தம் எழுப்பாமல் குளியலறைக்குள் போய்விடுவார். அன்றைய கடிதங்களை எழுதி முடிக்கும்வரை ஆழ்ந்து தூங்கிக்கொண்டிருப் பார் தனிக்லால். ஆனால் உள்ளுணர்வின் தூண்டுதலாலோ என்னவோ காந்தி நடைப்பயிற்சிக்காகக் கிளம்புவதற்குச் சற்று முன்பாக விழித்துக்கொண்டுவிடுவார். பிரார்த்தனைகளின் போதும் காந்தி தன் அறையில் விவாதங்களில் ஈடுபட்டிருக்கும் தருணங்களிலும் தனிக்லாலுக்குக் கண்கள் சொருகும். அதைக் காணும் மகாத்மாவின் மனம் எல்லையற்ற கருணையாலும் இரக்கத்தாலும் ததும்பும்.

ஆனால் ஓயாத இந்தக் கண்காணிப்புகள் தரும் பதற்றத்தை யும் எரிச்சலையும் கட்டுப்படுத்திக்கொள்ளும் ஆற்றலைத் தான் கொஞ்சம்கொஞ்சமாக இழந்து வருவதாகச் சந்தேகித் தார் காந்தி. தனிக்லாலின் மனத்தைப் புண்படுத்தும்படியான சொற்களை உச்சரித்துவிடாதிருப்பதற்குப் பெரும் பிரயத் தனங்களை மேற்கொள்ள வேண்டியிருப்பது குறித்த கவலைகள் அவரை அலைக்கழித்துக்கொண்டிருந்தன. எல்லாவற்றையும் விடத் தனிக்லால் தன் அறைக்குள் பிரவேசிக்கும் தருணங் களில் அவரது கேள்விகளின் குடைச்சல்களிலிருந்து தப்பு

வதற்காகத் தூங்குவதைப் போல் பாவனைசெய்ய நேர்வது குறித்தே அதிகம் வருந்தினார் காந்தி. தனிக்லாலைக் காணும் போது அவரது கண்கள் வெறுப்பை உமிழ்ந்தன. இதைக் குறித்து ஆழ்ந்து பரிசீலிக்கவும் செய்தார். இந்த வெறுப்பு தனிக்லாலின் மீதானது மட்டுமன்று. நேருவின் மீதானது; பட்டேலின் மீதானது; மனப்பிறழ்வுகளுக்குள்ளானவர்களைப் போல் கலவரங்களில் ஈடுபட்டுக்கொண்டிருக்கும் எல்லோரது மீதானதுமாகும். உண்மையில் இது சுய வெறுப்பின் அடையாளமும்கூட.

தனிக்லாலின் காலடியோசை நெருங்கி வந்ததும் விழித்துக் கொண்டார் காந்தி.

"தனிக்லால்ஜி, நீங்கள் இன்னுமா தூங்கவில்லை? இந்த நள்ளிரவு நேரத்தில் எதற்காக இப்படி நடமாடிக்கொண்டிருக் கிறீர்கள்? என் பொருட்டு நீங்கள் இப்படி உங்களைத் துன் புறுத்திக்கொள்ள வேண்டாம் எனப் பலமுறை கேட்டுக்கொண் டிருக்கிறேன். எல்லோரும் என்னைக் குற்ற உணர்வுக்குள்ளாக்கிக் கொண்டிருக்கிறீர்கள்! தீராத துயரத்தில் மூழ்கியிருக்கும் நம் மக்களுக்கு எதாவது செய்வதே நம் இப்போதைய பணி. எனக்குப் பணிவிடைசெய்வதைக் காட்டிலும் அது எவ்வளவோ மேலானது தனிக்லால்ஜி !"

"என்னை மன்னியுங்கள் பாபுஜி! பனி மிக அதிகமாக இருந்ததால் இங்கு வந்தேன். நீங்கள் இந்தக் கதரைப் போர்த்திக் கொள்ளலாம் அல்லவா?" எனக் கையோடு கொண்டு வந்திருந்த ஒரு கனத்த போர்வையை அவருக்குப் போர்த்திவிட்டார்.

போர்வையை விலக்கிவிட்டு எழுந்து உட்கார்ந்தார் காந்தி.

"தூக்கமே வரவில்லை. எல்லோரும் வீணாக என்னைத் தடுத்துவைத்திருக்கிறீர்கள். இன்று முழுவதும் பயனுள்ள ஒரு காரியத்தையும் செய்யவில்லை. சந்திப்புகள், உரையாடல்கள், பேட்டிகள் எனச் சலித்துப்போய்விட்டது. தொண்டர்களுடன் இணைந்து முகாம்களில் வசிக்கும் எளிய மனிதர்களுக்காகப் போர்வைகளைச் சேகரிக்கப் போயிருக்கலாம். குழந்தைகள், பெண்கள், முதியவர்கள் எல்லோரும் சொல்ல முடியாத துயரில் மூழ்கிக் கிடக்கும்போது நான் இங்கே ஒரு பாதுஷாவைப் போல் வாழ்ந்துகொண்டிருக்கிறேன்."

"தொண்டர்கள் தம் கடமைகளை ஒழுங்காகச் செய்து கொண்டிருக்கிறார்கள் பாபுஜி, நீங்கள் வருந்த வேண்டாம். அகதிகளுக்கு இன்று மட்டும் நூற்றுக்கணக்கான போர்வை களும் கம்பளிகளும் விநியோகிக்கப்பட்டன."

பிறகொரு இரவு

"ஒரு நல்ல தகவலைச் சொன்னதற்காக உங்களுக்கு நன்றி. எல்லோருக்கும் அவை சமமாக வழங்கப்பட்டிருக்கின்றன அல்லவா?"

"ஆமாம், பாபுஜி எல்லா முகாம்களுக்கும் சமமாகவே வழங்கப்பட்டன."

காந்தி புன்னகைத்தார். "மக்கள் மனமுவந்து உதவுகிறார்கள் அல்லவா? கேட்பதற்கே நிறைவாக இருக்கிறது. கடவுள் கருணை மிகுந்தவர் என நான் எப்போதுமே சொல்லி வந்திருக்கிறேன்." ஓயாது அலைக்கழிக்கும் கலவரங்களால் வெதும்பிக்கிடந்த அவர் மனத்தில் நம்பிக்கை படரத் தொடங்கியது. அண்மையில் தான் மேற்கொண்ட உண்ணா நோன்பு வீணாகிவிடவில்லை யென நினைத்தார் மகாத்மா. சோர்விலிருந்தும் உறக்கமின்மை யின் களைப்பிலிருந்தும் விடுபட்டவராக எழுந்தார், "தனிக் லால்ஜி, கொஞ்சம் வெந்நீர் குடிக்கிறீர்களா? நாம் சிறிது நேரம் பேசிக்கொண்டிருக்கலாமே" என்றவாறு சமையலறையை நோக்கி நடந்தார். தனிக்லால் பதற்றத்துடன் பின்தொடர்ந்து போய் அவருக்கு உதவ முற்பட்டார், "சரி, எல்லாவற்றையும் எனக்குச் சொல்லுங்கள். அவற்றைக் கேட்பதற்கு மிகவும் ஆவலாக இருக்கிறேன்."

தனிக்லாலை உற்சாகம் தொற்றிக்கொண்டது. அன்றைய நிகழ்வுகளில் மகாத்மாவுக்குச் சந்தோஷமளிக்கக்கூடியது எனத் தான் கருதியவற்றைப் பற்றி மிக விரிவாக எடுத்துரைக்க முற்பட்டார். துர்க்மான் கேட்டிலும் சாந்தினிச் சௌக்கிலும் இருந்த முகாம்களில் இருந்த அகதிகள் தொண்டர்களைக் கண்டதும் எவ்வளவு உற்சாகமடைந்தார்கள் என்பதிலிருந்து தொடங்கினார்.

ஓரிரு வாரங்களுக்கு முன்னர் அங்குப் போயிருந்த மகாத்மா அவர்களுடைய வாழ்வின் இழிநிலையை நேரில் பார்த்திருந் தார். துர்க்மான் கேட்டில் ஏராளமான சிறுமிகள் அடைக்கலம் புகுந்திருந்தார்கள். அவரைச் சந்தித்த பன்னிரண்டே வயதான இஸ்லாமியச் சிறுமியை அவரால் மறக்கவே முடியவில்லை. கண் முன்னால் தன் பெற்றோர் வெட்டிச் சாய்க்கப்பட்ட கதையை அவள் அவருக்குச் சொல்லியிருந்தாள். கலவரக்காரர் கள் நள்ளிரவில் அவர்களது குடியிருப்புகளைச் சூழ்ந்துகொண் டார்களாம். சத்யாகிரஹியான அவளுடைய தந்தை குடியிருப்பு வாசிகளைக் காப்பாற்றுவதற்காக அவர்களது பாதங்களில் விழுந்து தம் மக்கள்மீது கருணை காட்டுமாறு கெஞ்சினாராம். ஆயுதமேந்திய அக்கொடியவர்களுக்கு முன்னால் தன் இரு கைகளையும் கூப்பிநின்ற தந்தையின் முகத்தைத் தன்னால் மறக்கவே முடியவில்லை என்றாள் அந்தச் சிறுமி. பிறகு அவர்கள்

கும்பிட்டு நின்ற அவருடைய கைகளை ஒன்றன்பின் ஒன்றாக வெட்டினார்கள்.

தாய் அவளை எப்படியாவது காப்பாற்றிவிட முயன்றாள். அவசர அவசரமாக அவளுடைய நெற்றியில் குங்குமத்தைத் தீற்றினாள். 'ஜெய் ஸ்ரீ ராம்' என முழக்கமிடும்படி யோசனை சொன்னாளாம். அப்படிச் செய்தால் கலவரக்காரர்கள் அவளை விட்டுவிடுவார்கள், அதன் பிறகு தப்பித்து எங்காவது போய்ப் பிழைத்துக்கொள் என்றாள் தாய். ஆனால் அவள் மறுத்து விட்டாள். மாறாக 'அல்லாஹு அக்பர்' என்பதே அவர்களிடம் அவள் சொன்னது.

"அவர்கள் உன்னை விட்டுவிட்டார்களா?"

"அவர்களுக்கு என் உடல் தேவையாக இருந்தது. என்னை இழுத்துக்கொண்டு போனார்கள். ஒன்பது நாள்கள்வரை தம் வாகனத்திலேயே அடைத்துவைத்து என் உடலைச் சூறையாடி னார்கள். நான் இறந்துவிட்டதாக நினைத்துத் தெருவோரம் வீசிவிட்டுப்போய்விட்டனர். பிறகு நானாக இந்த முகாமுக்கு வந்தேன். அப்போது எனக்கு எந்த அடையாளமும் இருக்க வில்லை. என்னைப் போன்ற பல சிறுமிகளைச் சந்தித்தேன். எல்லோரும் ஒரே மாதிரிதான் தென்பட்டோம். குருதி கசியும் ஒரேவிதமான மனங்கள். என் பெயர்கூட எனக்கு மறந்து போயிருந்தது."

"அந்தக் குழந்தையைச் சந்தித்தீர்களா? தனிக்லால்ஜி" எனக் கேட்டதும் அவர் தடுமாறினார். ஞாபகங்களை மீட்டுக் கொள்வதற்கு முயன்றதைப் பார்த்ததும் எங்கே அவர் பொய் சொல்லிவிடுவாரோ என்னும் பதற்றம் ஏற்பட்டது காந்திக்கு. "சரி, நீங்கள் போய்ப் படுத்துக்கொள்ளுங்கள், எனக்கு மிகக் களைப்பாக இருக்கிறது" என அவசர அவசரமாக விடை கொடுத்துவிட்டுப் படுக்கையில் சாய்ந்தார். கிளம்புவதற்குத் தயாரான தனிக்லாலின் முகத்தில் சிரிப்புப் பொங்கிக்கொண்டு வந்தது.

"எதை நினைத்துக்கொண்டீர்கள் தனிக்லால்ஜி?"

"மன்னித்துக்கொள்ளுங்கள் பாபுஜி, என்னால் சிரிப்பைக் கட்டுப்படுத்திக்கொள்ள முடியவில்லை. அடக் கடவுளே, எப்படிப்பட்ட ஆள் இந்த பகவதிசரண்! வியந்துபோய்விட்டேன். அப்படியே அச்சு அசலாக அல்லவா இருந்தான்! இப்படியும் நடக்குமா என்ன? நல்ல ஆள் இந்த பகவதிசரண்!" என வயிறு குலுங்கச் சிரித்தார் தனிக்லால்.

மவுனமாகப் பார்த்துக்கொண்டிருந்தார் காந்தி. பிறகு இருண்டு அடங்கியது தனிக்லாலின் முகம். சிரசைக் கவிழ்த்து

முழங்கால்களுக்குள் புதைத்துக்கொண்டு கதைபோல எல்லா வற்றையும் சொல்லத் தொடங்கினார் அவர்.

“அவரை உங்களுக்குத் தெரியுமல்லவா? அந்த இளம் வங்காளி உங்கள் சீடர். உங்களைப் பார்ப்பதற்காகவே தில்லிக்கு வந்தவர். கல்கத்தாவில் அவர் புரிந்த சேவைகளைப் பலரும் புகழ்ந்து சொல்லியிருக்கிறார்கள்; இளைஞர். அநேகமாகத் தன் முப்பதுகளின் இறுதியில் இருக்கக்கூடும்; நாள்தோறும் மொட்டையடித்துக்கொள்கிறார் என நினைக்கிறேன். ஆனால் அந்த மீசையும் புருவங்களும் ...” சொல்லச் சொல்லச் சிரிப்புப் பொங்கியது தனிக்லாலுக்கு.

“கேளுங்கள் பாபுஜி. நேற்று நாங்கள் மிகவும் சோர்ந்து போயிருந்தோம். யாருமே எங்களுக்கு உதவ முன்வரவில்லை. மிகவும் வசதிபடைத்த குஜராத்திகளும்கூட. மாளிகைகளின் வாசல்களில் நாங்கள் இசைத்த பாடல்கள் யாருடைய இதயத் தையும் தொடவில்லை. பிற்பகல்வரை சில கந்தல்களை மட்டுமே எங்களால் திரட்ட முடிந்திருந்தது. நாங்கள் மிகச் சோர்ந்து போனோம். கலவரத்தால் பாதிப்புக்குள்ளாகி முகாம்களில் அவதிப்படும் எளியவர்களிடம் கருணை காட்டுமாறு மன்றாடி னோம். யாருமே இரக்கம் காட்டவில்லை, பாபுஜி. பரம ஏழையாகத் தென்பட்ட ஒரு முதியவர் தன் மேலாடையைத் தந்தார். நாங்கள் கேட்காத போதிலும் வலிய முன்வந்து அவர் அந்த உதவியைச் செய்தார். அது ஒரு மகத்தான தருணம். அது இழந்திருந்த நம்பிக்கையை நாங்கள் மீட்டெடுத்துக் கொண்ட தருணம் பாபுஜி.”

“ஆமாம், மகத்தான தருணம்தான் அது! அந்தக் கந்தல் தான் நாம் வெற்றிபெற்றிருக்கிறோம் என்பதற்கான அடையாளம், இல்லையா தனிக்லால்ஜி?” என உவகையோடு குறுக்கிட்டார் மகாத்மா. அதைப் பொருட்படுத்தும் மனநிலை தனிக்லாலுக்கு இல்லை. தன் கதையின் பரபரப்பான ஒரு கட்டத்தை நெருங்கும் பதற்றம் அவர் முகத்தில் தென்பட்டது.

“பிறகு அவர் சிலுவைக் குறியிட்டுக்கொண்டதை நாங்கள் பார்த்தோம். எல்லோரும் ஒருமித்த குரலில் சொன்ன நன்றியைப் பொருட்படுத்தாமல் இயேசுவைக் குறித்த தோத்திரம் ஒன்றை முணுமுணுத்துக்கொண்டே அவர் அங்கிருந்து சென்றுவிட்டார். நாங்கள் எங்கள் பயணத்தைத் தொடர்ந்தோம். பனிக்கால வெயில் எங்கள் முகங்களைச் சுட்டெரித்துக்கொண்டிருந்தது. முந்தையதைவிடவும் கொடுமையாக இருந்தது அந்தப் பயணம். யாருமே எங்களைப் பொருட்படுத்தவில்லை. பிறகு நடந்தவை தான் நம்பவே முடியாதவையாக இருந்தன, பாபுஜி. கேளுங்கள் இதை! அப்போது நாங்கள் தில்லியின் நடுத்தர வர்க்கத்தினர்

வசிக்கும் ஒரு பகுதியில் சென்றுகொண்டிருந்தோம். வேடிக்கை பார்ப்பதற்காகப் பலர் எங்களைப் பின்தொடர்ந்துகொண் டிருந்தனர். ரகுபதி ராகவ ராஜாராம் கீதத்தை இசைத்தபடி நாங்கள் போய்க்கொண்டிருந்தோம். அப்போது எங்களுக்குப் பின்னால் ஒலித்த 'மகாத்மா காந்திக்கு ஜே!' என்னும் பெருத்த ஆரவாரத்தைக் கேட்டு ஆச்சரியமுற்றவர்களாகத் திரும்பிப் பார்த்தோம். கடவுளே, இன்னும்கூட அந்தக் காட்சியை என்னால் நம்ப முடியவில்லை. கிறித்துவைப் போல எங்களை நோக்கி வந்து கொண்டிருந்தார் அவர்! மகாத்மா! எங்களில் யாராலும் அவரை அடையாளம் காண முடியவில்லை. அச்சு அசல் உங்களைப் போலவே தென்பட்டார். தீராத ஆச்சரியத் துடன் 'பாபுஜி' என எல்லோரும் அவரை வணங்கினோம். மிகக் கருணையுடன் எங்களைப் பார்த்துப் புன்னகைத்தவாறே குழுமியிருந்த மக்களுக்குத் தன் வந்தனத்தைத் தெரிவித்துக்கொண் டிருந்தார் அவர். மக்கள் அவரை வேட்கையுடன் நெருங்கினார் கள். அவர் போர்த்தியிருந்த தூய வெண்ணிறக் கதராடையையும் அவரது மெலிந்த கரங்களையும் தீண்டிப்பார்த்துத் தாளாத சந்தோஷமுற்றதை நான் பார்த்தேன். பிறகு எல்லோரும் ஒருவர் பின் ஒருவராக அவருடைய பாதங்களைத் தொட்டு வணங்க முற்பட்டார்கள். வீடுகளினுள்ளிருந்தும் மிகக் குறுகலான சந்துகளிலிருந்தும் ஓடோடியும் வந்த மக்கள் அவரைச் சூழ்ந்துகொண்டார்கள்."

குழப்பத்தோடும் வியப்போடும் தனிக்லால் சொல்வதைக் கேட்டுக்கொண்டிருந்தார் காந்தி. குறுக்கிட்டு ஏதோ கேட்கவும் கூட முயன்றார். ஆனால் கட்டுக்கடங்காத உற்சாகத்துடன் விவரித்துக்கொண்டிருந்த தனிக்லாலின் கவனத்தை அவரால் தன் பக்கம் திருப்ப முடியவில்லை.

"பிறகு அவர் கூட்டத்தினரிடையே உரையாற்றத் தொடங் கினார். உங்களுடையதைப் போன்றே மிகச் சன்னமான, உறுதியான அந்தக் குரல், கொடுமைகளுக்குள்ளாகித் துரத்தப் பட்டு அடைக்கலம் புகுந்திருப்பவர்களுக்கு உதவுமாறு எல்லோரையும் வற்புறுத்தியது. வாழ்வின் அறம் குறித்து நீங்கள் சொல்லியிருந்த அதே வாக்கியங்களை உங்களுடைய குரலிலேயே திருப்பிச் சொன்னார் அந்த மனிதர்! நாம் ஆற்ற வேண்டிய கடமைகள், நம் பொறுப்புகள், பதற்றமான தருணங் களில் வெளிப்பட வேண்டிய விவேகம், நெருக்கடியான தருணங் களில் மேற்கொள்ள வேண்டிய பொறுமை, நம் ஒவ்வொருவருக் குள்ளும் செயல்பட வேண்டிய குற்ற உணர்வு என உங்களின் உன்னதமான எல்லா வாக்கியங்களையும் அப்படியே திருப்பிச் சொன்னார் அவர்! தொனி மாறாமல் அச்சு அசல் அப்படியே! கீதோபதேசம் எனவோ கிறித்துவின் மலைப் பிரசங்கம் எனவோ

பிறகொரு இரவு

நான் அதைக் கற்பனை செய்துகொண்டேன். நம்பவே முடியாமல் எல்லாவற்றையும் கேட்டுக்கொண்டிருந்தார்கள் மக்கள். எல்லோரும் மந்திரத்திற்குக் கட்டுண்டதுபோல் தம்மிடம் உள்ளவற்றிலேயே சிறந்தவையெனக் கருதத்தக்க போர்வைகளையும் கம்பளிகளையும் கொண்டுவந்து அவரது பாதங்களுக்குக் கீழே குவிக்கத் தொடங்கினர். அவரோ மாறாத புன்னகையுடன் அவர்களை ஆசீர்வதித்துக்கொண்டிருந்தார்!"

மிகச் சோர்ந்துபோயிருந்தார் தனிக்லால். எல்லாவற்றையும் சொல்லி முடித்துவிடும் வேகம் அவரைப் பேசவைத்துக்கொண்டிருந்தது.

"அதற்கு மேல் எனக்குப் பொறுமை இருக்கவில்லை. முண்டியடித்துக்கொண்டிருந்த கூட்டத்தினரை மிகச் சிரமப்பட்டு விலக்கிக்கொண்டு நான் அவரை நெருங்கினேன். சொன்னால் நம்பமாட்டீர்கள் பாபுஜி! நான் அவரை உடனடியாக அடையாளம் கண்டுகொண்டேன். அவருக்கு மிக அருகில் நெருங்கி நின்று, 'நீங்கள் பகவதிசரண் அல்லவா?' எனக் கிசுகிசுத்தேன். பதில் சொல்லாமல் மிகச் சாந்தமாகப் புன்னகைத்தார் அவர். பாபுஜி, அச்சு அசல் தங்களுடையதே போன்ற புன்னகை அது!"

❖ ❖ ❖

பேரமைதியுடன் விளங்கிற்று மாளிகை. நேரம் நள்ளிரவைக் கடந்துவிட்டிருந்தது. பனியின் கடுமையும் தீவிரமடைந்திருந்தது.

மிகக் களைப்பாக இருந்தார் காந்தி; படுத்துக்கொள்ள விரும்பினார். சற்று நேரமாவது உறங்க வேண்டும். இன்னும் நடக்கலாமா எனவும் நினைத்தார். எண்ணற்ற விஷயங்களைக் குறித்து யோசிக்க வேண்டியிருந்தது. முடிவேயில்லாமல் நடைபெற்றிருந்த அன்றைய விவாதங்கள் அவரைச் சோர்வடையச் செய்திருந்தன. எல்லாமே கைமீறிப் போய்க்கொண்டிருப்பதாகத் தோன்றியது காந்திக்கு. சிறிதளவு நம்பிக்கையும் மீந்திருந்தது. எல்லாவற்றுக்கும் எதாவதொரு தீர்வு இருக்கக்கூடும் அல்லவா? அன்றைய முற்பகலில் பட்டேலுடன் விவாதித்துக்கொண்டிருந்த போது அவரால் உணர்ச்சிகளைக் கட்டுப்படுத்திக்கொள்ள முடியவில்லை. "நீங்கள் என்னதான் நினைத்துக்கொண்டிருக்கிறீர்கள் சர்தார்?" என இருக்கையிலிருந்து எழுந்து நின்று விட்டார் மகாத்மா. அந்தச் சமயத்தில் தன் உடல் எப்படி நடுங்கிக்கொண்டிருந்தது என்பதையும் முகம் எப்படி வியர்த்துக் கொட்டியது என்பதையும் அருவருப்புடன் நினைவுகூர்ந்தார்.

பயந்துபோய்விட்டார் அந்த இரும்பு மனிதர். விளக்கமளிக்கவும் மன்னிப்புக் கோரவும் முற்பட்டார்.

தேவிபாரதி

"பாபுஜி, நாம் இவற்றைப் பற்றி மறுபடியும்கூட விவாதிக்க முடியும் என நம்புகிறேன். தங்களிடமிருந்து மறைப்பதற்கு உண்மையிலேயே எங்களிடம் எதுவுமில்லை" என்றார் பட்டேல். அவர் குரலில் வருத்தம் தோய்ந்திருந்தது. எழுந்து நின்று தன் கைக்கடிகாரத்தை அப்போதுதான் முதல்முறையாகப் பார்ப்பவரைப் போலத் திரும்பத் திரும்பப் பார்த்துக்கொண்டிருந்தார். பார்த்தபடியே பேசவும் தொடங்கியிருந்தார். அவருடைய செயலாளர், தான் கையோடு கொண்டு வந்திருந்த ஆதாரங்களைக் கோப்புகளிலிருந்து பிரித்தெடுத்து உடனுக்குடன் அமைச்சரிடம் தந்துகொண்டிருந்தார். அவசரத்தின் காரணமாக ஓரிரு தாள்களைப் பிய்த்தெடுக்கவும் நேரிட்டது. செயலாளரின் அந்தச் செய்கை காந்தியின் மனத்தில் பெரும் துக்கத்தை மூளச்செய்தது. ஒரு குழந்தையின் கரத்தை அதன் உடலிலிருந்து பிய்த்தெடுப்பதைப் போன்ற கற்பனையை அவருக்குத் தூண்டியது. அதைப் பற்றிப் பட்டேலிடம் சொல்லவும் செய்தார். அதைத் தொடராமலிருக்கும்படியும் கேட்டுக்கொண்டார், "தாள்களை மென்மையாகக் கையாள்வதற்கு எவ்வளவோ வழிகள் உள்ளனவே?" என மகாத்மா கூறியதைக் கேட்டு வாய்விட்டுச் சிரித்தார் பட்டேல்.

செயலாளரிடமிருந்து அந்தக் கோப்புகளை வாங்கி மிக மென்மையாகத் தன் கைகளுக்குள் வைத்துக்கொண்டார் பட்டேல். ஆனால் விளக்கமளிக்கத் தொடங்கியபோது அவரால் தன் உணர்ச்சிகளைக் கட்டுப்படுத்திக்கொள்ள முடியவில்லை. சில நிமிடங்களில் செயலாளரைவிடவும் அதிக வேகத்துடன் தாள்களைப் பிய்த்தெடுக்கத் தொடங்கியிருந்தார் அந்த இரும்பு மனிதர்.

"நேரமாகிக்கொண்டிருக்கிறதே...!" எனத் தனக்குத்தானே சொல்லிக்கொள்வதுபோல முணுமுணுத்தபடி அவற்றை முகத்துக்கெதிராக விரித்துப் பிடித்து முக்கியமான வரிகளின் மீது தன் சதைப்பற்று மிகுந்த ஆட்காட்டி விரலை ஓடவிட்டும் சில சொற்றொடர்களை உரத்த குரலில் வாசித்துக் காண்பித்தும் தன் கூற்றுகளுக்கு வலுவூட்ட முயன்றுகொண்டிருந்தார்.

பணிவையும் நிதானத்தையும் கடைபிடிப்பதற்கு ஓயாமல் முயன்றார் பட்டேல். எனினும் அவ்வப்போது அவர் குரல் உயர்ந்தது. ஒவ்வொரு முறையும் காந்தியிடம் அதற்காக மன்னிப்புக் கேட்டுக்கொள்வதைத் தவிர அவரால் வேறெதுவும் செய்ய முடியவில்லை.

சற்று நேரத்திற்குள் மேலும் சில செயலாளர்களும் பல உதவியாளர்களும் அங்கு வந்து சேர்ந்தனர். ஒவ்வொருவரும் தம்முடன் எண்ணற்ற கோப்புகளைக் கொண்டுவந்திருந்ததைப்

பார்த்தார் மகாத்மா. நம்பவே முடியாத ஒழுங்கோடும் கட்டுப் பாட்டோடும் காட்சியளித்த அவர்கள் யாரும் யாருடனும் ஒருவார்த்தைகூடப் பேசிக்கொள்ளவில்லை; யாரும் யாரையும் பார்த்துக்கொள்ளவுமில்லை. எனினும் அவர்களிடையே மிகத் துல்லியமான ஒருங்கிணைப்பு நிலவியதைக் கவனித்தார் காந்தி. புதிதாகச் சுதந்திரம் பெற்ற நாட்டின் பணியாளர்களிடம் காணப்படும் பதற்றங்களும் தயக்கங்களும் துளிகூட அவர்கள் யாரிடமும் தென்படவில்லை. பெரும்பாலோர் தோற்றத்திலும் வயதிலும் பட்டேலை மிகவும் ஒத்திருந்தனர். அவரைத் தவிர மற்றவர்கள் எல்லோருமே ஆங்கிலப் பாணியிலான கோட்டு களும் கழுத்துப்பட்டிகளும் அணிந்திருந்தனர், "கதராடை களையே உடுத்துமாறு நம் அரசு ஊழியர்களிடம் நீங்கள் கேட்டுக்கொள்ளவில்லையா?" எனக் கேட்டதற்கு ஒரு பெண்ணைப் போல வெட்கப்பட்டுக்கொண்டார் பட்டேல்.

பிறகு தன் விளக்கங்களைத் தொடர்ந்தார்.

கடைசியில், "நீங்களே இவற்றுக்கொரு தீர்வு சொல்லுங்கள் பாபுஜி. நடைமுறையில் செயல்படுத்தத்தக்க ஒரு தீர்வினைச் சொல்லுங்கள். உடனடியாகச் செயலில் இறங்குவதற்கு நாங்கள் தயாராகவே இருக்கிறோம்" எனக் கிட்டத்தட்ட மன்றாடினார் பட்டேல். "எங்களுக்கு வேறு வழியே இல்லை பாபுஜி! இவை தவிர்க்க முடியாதவை. வேண்டுமானால் என் பொறுப்புகளை வேறொருவரிடம் கொடுக்கலாம். ஆனால் அந்த வேறொரு வருக்கும் இவை தவிர்க்க முடியாதவையாகவே இருக்கும்!"

"தவிர்க்க முடியாதவை, வேறு வழியற்றவை . . . நல்ல சொற்றொடர்கள்!" எனத் தன் அறையின் இருளுக்குள் தனித்து விடப்பட்டிருந்த காந்தி முணுமுணுத்துக்கொண்டார். முந்தைய இரவு, விடைபெறும்போது தனிக்லாலும் அதே சொற்றொடர் களைத்தான் சொல்லிவிட்டுப் போயிருந்தார். அந்தச் சொற்றொடர்களும் அந்த 'வேடிக்கை'யான கதையை அவர் விவரித்த விதமும் அவரது நினைவுக்குவந்தன. தனிக்லாலின் குரலும் முகபாவங்களும் முடிவாக அவரிடமிருந்து பீறிட்டு வந்த சிரிப்பும் குலுங்கும் வயிறும் அப்படியே மனக்கண் முன் தோன்றின. 'மகாத்மா' பகவதிசரணின் அத்தோற்றமும்கூட அவரது கற்பனையில் தோன்றிற்று.

அச்சு அசல் தன்னைப் போலவே தோற்றமளிக்கிற இளம் வங்காளி. எவ்வளவு நுட்பமாகப் பகவதிசரணைப் பற்றி வர்ணித்தார் தனிக்லால்! அவர் வர்ணித்த விதத்தில் இதுவரை பார்த்தறியாத அந்த மனிதரை மகாத்மாவால் துல்லியமாகக் கற்பனை செய்ய முடிந்திருந்தது. அவரது மென்மையான குரலையும் கனிவான புன்னகையையும் சாந்தமான பார்வை

யையும் தவிர அந்த இளைஞனின் வயிற்றில் தென்படும் சுருக்கங்களையுங்கூடத் தன் கற்பனையில் கண்டார் காந்தி.

இதோ மக்கள் பகவதிசரணைச் சூழ்ந்துகொள்கிறார்கள்; வாழ்த்துகிறார்கள்; முழக்கங்கள் எழுப்புகிறார்கள், "மகாத்மா காந்திக்கு ஜே! மகாத்மா காந்திக்கு ஜே!" மகாத்மா பகவதிசரண் அவர்களுக்கு ஆசி வழங்குகிறார். கூட்டம் பரவசமடைகிறது. ஆர்ப்பரிக்கிறது, கத்துகிறது, கண்ணீர் பெருக்குகிறது. மகாத்மா அவர்களிடையே உரையாற்றுகிறார், அவர்களுக்கு வேண்டு கோள் விடுக்கிறார், கட்டளையிடுகிறார். பலரும் அவரை நோக்கி ஓடுகிறார்கள், தொட்டுப் பார்க்கிறார்கள். ஒரு மனிதன் அவருடைய மேலாடையைப் பறித்துக்கொண்டு ஓடுகிறான். அவர் அவனை அழைத்து அவனுக்குத் தன் உள்ளாடையை யும் வழங்குகிறார். இப்போது அவர் அனைவரின் முன்பாகவும் முழுநிர்வாணமாக நிற்கிறார், "ஆண்டவரே, அழகிய இத் தோட்டத்தினுள் என்னை ஏன் நிர்வாணமாக அலையவிட்டிருக் கிறீர்?" அவர் வெட்கமடைகிறார். அவர்களிடமிருந்து தப்ப முற்பட்டு ஓடுகிறார். எல்லோரும் அவரைத் துரத்துகிறார்கள். ஒருவன் அவருடைய மீசை ரோமங்களைப் பிய்த்தெடுத்துப் பத்திரப்படுத்திக்கொள்கிறான். மற்றொருவன் அவரது விரல் நகங்களைப் பெயர்த்துக்கொண்டு ஓடுகிறான். இன்னொருவனோ மகாத்மாவின் பற்களைப் பிடுங்க யத்தனிக்கிறான்.

மகாத்மாவுக்கு வலி பொறுக்க முடியவில்லை. அவர் 'ஐயோ!' என ஓலமிடுகிறார். அபயக்குரல் எழுப்புகிறார். தொலை வில் நின்று எல்லாவற்றையும் வேடிக்கை பார்த்துக்கொண்டிருந்த போலீஸ்காரன் வெகு நிதானமாக அவரை நோக்கி நடந்து வருகிறான். "எதற்காக இப்படிக் கத்துகிறாய்?" எனக் கேட்டுக் கொண்டே அவரது இடது கன்னத்தில் ஓங்கி அறைகிறான். மகாத்மா அவனுக்குத் தன் வலது கன்னத்தைக் காட்டுகிறார். அவன் அவருடைய வலது கன்னத்திலும்கூட அறைகிறான். அவர் தன் இரு கன்னங்களையும் மாறிமாறி அவனுக்குக் காண்பிக்கிறார். அவனும் சளைக்காமல் அடிக்கிறான். குருதி தெறிக்கிறது. அவருடைய பொக்கை வாயில் எஞ்சியிருந்த சில பற்களும் விழுந்துவிடுகின்றன, விழிக்கோளங்களிரண்டும் தெறித்து விழுகின்றன. அவற்றைச் சேகரிப்பதற்காக முண்டி யடிக்கிறது மக்கள் கூட்டம். அவருக்குப் பார்வை இருண்டது. எங்கும் ஒரே இருள்; காரிருள். "நான் மகாத்மா காந்தி அல்ல. சரண், பகவதிசரண் என்னும் வங்காளி!"

அனிச்சையாகக் கண்களைத் தடவிப் பார்த்துக்கொண்டார் காந்தி. மூச்சிரைத்தது. மிகக் களைத்துப்போனவராகப் படுக்கை யில் சாய்ந்து கண்களை மூடிக்கொண்டார்.

பிறகு கண்களைத் திறந்து பார்த்தபோது அறை பிரகாசமாக இருந்தது. சீரற்ற ஒளிக்கற்றைகள் தன் அறையினுள் அலைந்து கொண்டிருப்பதைப் பார்த்தார் காந்தி. விடிந்துவிட்டதோ? வெகு காலத்திய வழக்கத்திற்கு மாறாக இன்று நெடுநேரம் தூங்கிவிட்டோமோ? அப்படியானால் மரணம் நெருங்கிவிட்டது என்றுதான் சொல்ல வேண்டும். இனி முதுமையை ஒப்புக் கொண்டுவிட வேண்டியதுதான், எழுபத்தெட்டு வயது ஆகி விட்டதல்லவா! புன்னகைத்துக்கொண்டார் மகாத்மா.

தனிக்லாலை எங்கே? மனுவையும் காணவில்லையே? அந்தச் சிறுமி அவருக்கு முன்பாகவே எழுந்துவிடக் கூடியவளா யிற்றே?

படுக்கையைச் சுருட்டி வைத்துவிட்டுக் காலைக் கடன் களைத் தொடங்குவதற்குத் தயாராகிக்கொண்டிருந்த தருணத்தில் எங்கோ பதற்றம்கொண்ட குரல்கள் ஒலிப்பதைக் கேட்டார் காந்தி. என்னவாக இருக்கும் என யோசித்தபடியே ஜன்ன லொன்றின் தாளை நீக்கிப் பார்த்தவர் அதிர்ச்சியால் உறைந்து விட்டார். நெடிதுயர்ந்த அம்மாளிகைக்கு வெளியே, சிறிது தூரத்திற்கப்பால் பற்றியெரிந்துகொண்டிருந்தது தில்லி.

நாலாப்புறங்களிலும் சிதறி ஓடிக்கொண்டிருந்தனர் மக்கள். மிகக் கொடிய ஆயுதங்களுடன் தென்பட்ட பத்துப் பதினைந்து பேர் கொண்ட ஒரு கும்பல் தீராத கொலைவெறியோடு அவர்களை விரட்டிச் சென்றுகொண்டிருந்ததைப் பார்த்தார் காந்தி. தாள முடியாத வேதனையுடன் கண்களை இறுக மூடிக்கொண்டார். எல்லா நம்பிக்கைகளையும் இழந்தவராக அங்கிருந்த மர நாற்காலியில் சரிந்து விழுந்தார்.

எங்கே தவறு நிகழ்ந்தது?

யார் பொறுப்பாளி ... இந்துக்களா? இஸ்லாமியர்களா? யாருக்கு யார் எதிரி? யாருக்கு யார் பலியாகப் போகிறார்கள்? யார் மிஞ்சுவார்கள்? எந்தக் கணக்கைச் சரிசெய்வதற்காக இந்த வெறித்தனம்? ஆயிரமாண்டுகளின் வரலாறுதான் தவறி ழைத்ததா? அதைத் தாண்டி வெகுதூரம் வந்தாகிவிட்டதே! ஆயுதமெடுக்காமல் தம் ஆன்ம பலத்தால் சுதந்திரத்தை வென் றெடுத்தவர்கள் என உலகம் நம்மைக் கொண்டாடிக்கொண் டிருக்கிற தருணத்தில் மூண்டெழுந்துள்ள இவ்வன்முறை களுக்கு யார் பொறுப்பு? நானேதானா? ஒரு தத்துவவாதியாக நான் உண்மையைப் புறக்கணித்துவிட்டேனோ? அவரவர் வழியில் விட்டிருந்தால் தீர்வு எட்டப்பட்டிருக்குமா? கொலைகள் அமைதியைக் கொண்டு வந்திருக்குமா? ஒருவகையில் அது சாத்தியமாகியிருந்திருக்கும்தான். மற்றவர்களை முற்றாக

அழித்தொழித்துவிட்டால் அமைதிக்கென்ன குறைச்சல்? பிறகு உள்ளூறையும் ரத்தவெறியைச் சொந்தச் சகோதரன் மீதே அல்லவா பிரயோகிக்க வேண்டியிருக்கும்? வன்முறை மனித இயல்போ? இயற்கை நியதிக்கெதிரானதோ சத்யாகிரஹம்? எந்தத் தத்துவத்தை நம்பி இம்மாபெரும் போராட்டத்தில் ஈடுபட்டோமோ அந்தத் தத்துவமே பிழையானதோ? இன்றளவும் அறத்தை நிலைநாட்டும் நோக்கத்துடன் எவ்வளவு வன்முறைகள் நிகழ்த்தப்பட்டு வந்திருக்கின்றன! அவற்றின் மீது தீர்ப்பளிக்கும் அருகதை எனக்கோ என்னையொத்த மற்ற சத்யாகிரஹி களுக்கோ உள்ளதா? அப்படியானால் நம் அரசாங்கம் தன் சொந்த மக்களின் மீது பிரயோகிக்கிற வன்முறைகளைக் குறித்தும் நான் பேசியாக வேண்டுமே? கலவரங்களை ஒடுக்குவது என்னும் பெயரால், அமைதியை நிலைநாட்டுவது என்னும் பெயரால், சுதந்திரத்தைக் காப்பாற்றிக்கொள்வது என்னும் பெயரால் மேற்கொள்ளப்பட்டுவரும் சட்டபூர்வமான வன்முறைகளைக் குறித்து அமைதியாய் இருப்பவன் தன்னை சத்யாகிரஹி என அழைத்துக்கொள்வதற்கு எவ்விதத்திலும் தகுதியற்றவன்.

கடவுளே, ஒரு சத்யாகிரஹியாக நான் இப்போது என்ன செய்ய வேண்டும்?

“தனிக்லால்ஜி, எங்கே போய்விட்டீர்கள்? மனுவையும் எழுப்புங்கள். பதற்றம் நிறைந்த இத்தருணத்தில் உங்களில் யாரையும் காண முடியவில்லையே?” எனக் கூவிக்கொண்டே எழுந்து கதவைத் திறக்க முற்பட்டார் காந்தி. அவரால் அதைத் திறக்க முடியவில்லை. யாரோ அவரது அறையை வெளிப் புறமாகத் தாளிட்டிருந்தார்கள்.

“எங்கே போய்விட்டீர்கள் தனிக்லால்ஜி? யார் இதைச் செய்தது?”

அறையின் வலப்புற ஜன்னலைத் திறந்து அதன் வழியாக மாளிகையின் பிரதான நுழைவாயிலைப் பார்த்தவருக்குக் குருதி உறைந்துவிட்டது. அதன் மிகப் பெரிய இரும்புக் கதவின் மறுபுறத்தில் எண்ணற்ற மனிதர்கள் குழுமியிருந்தனர். தாக்கு தலுக்குள்ளாகிக் குற்றுயிராய்த் தப்பிவந்த நூற்றுக்கணக்கான ஏழைகள்.

“பாபுஜி . . . பாபுஜி . . .!”

“எங்களைக் காப்பாற்றுங்கள் பாபுஜி . . .!”

“ஐயோ. . .”

“பாபுஜி இங்கிருக்கும்போது நாம் எதற்காகக் கலங்க வேண்டும்? காவலர்களே தயவுசெய்து பாபுஜியை அழையுங்கள்.”

"மூடனே, கதவைத் திற, பிறகு பாபு உங்களை மன்னிக்கவே மாட்டார்!"

மீண்டும் கதவை நோக்கி ஓடினார் காந்தி.

"தனிக்லால்...! யாரங்கே? இந்தக் கதவை எதற்காகப் பூட்டினீர்கள்? தயவுசெய்து இதைத் திறந்துவிடுங்கள். அவர்கள் அனைவரையும் உள்ளே அழையுங்கள்! என்மீது தீராத பழியைச் சுமத்திவிடாதீர்கள்...! தனிக்லால், யாரங்கே?"

மீண்டும் திறந்திருந்த ஜன்னலை நோக்கி ஓடினார்.

வாயிலருகே விறைப்பாக நின்றுகொண்டிருந்த காவலர்கள் இருவரும் அபயம் கோரி வாயிலில் திரண்டிருந்தவர்களைப் பார்த்து அலட்சியமாக எதையோ சொல்வதையும் கைவிடப் பட்ட அந்த மக்கள் பெருங்குரலெடுத்துக் கதறுவதையும் அங்கிருந்தபடியே பார்த்தார் காந்தி.

தீவட்டிகளோடும் கொடிய ஆயுதங்களோடும் துரத்திவந் திருந்த கலவரக்காரர்கள் நிராயுதபாணிகளான அந்த அப்பாவி களை இரக்கமே இல்லாமல் வெட்டிக் கொன்றதையும் ரத்த வெள்ளத்தினூடாகவும் சிதறிக் கிடந்த உடல்களினூடாகவும் சிறுமிகள் பலாத்காரம் செய்யப்படுவதையும் ஜன்னல் கம்பி களைப் பற்றி, அவற்றின்மீது தன் முகத்தைத் தாங்கிக்கொண்டு ஒரு சடலமாக நின்று பார்த்துக்கொண்டிருப்பதற்கு மட்டுமே அவரால் முடிந்திருந்தது.

"பாபுஜி, பாபுஜி, எங்களை ஏன் கைவிட்டீர்கள், பாபுஜி?"

கடைசியில்தான் அந்த அதிசயம் நிகழ்ந்தது. மாளிகை யினுள்ளிருந்து தாளாத துயரத்துடன் அங்கு வந்து சேர்ந்தார் 'மகாத்மா' பகவதிசரண்! அம்மாளிகையின் நெடிய கதவுகள் இப்போது அவருக்காக அகலத் திறந்துவைக்கப்பட்டன. காவலர் கள் சூழ மிக மெதுவாக நடந்து சிதறிக் கிடந்த உடல் களை அடைந்தார் மகாத்மா. குற்றுயிராய்க் கிடந்த இரண்டு மூன்று மனித உடல்கள் அவரைக் கண்டு எழ முற்பட்டதையும் அவர் அவர்களுக்குக் கருணை மிகுந்த தன் வாக்கியங்களால் ஆறு தலளிக்க முயன்றதையும் மோகன்தாஸ் கரம்சந்த் காந்தியின் கண்கள் பார்த்துக்கொண்டிருந்தன.

அவருக்குப் பிரக்ஞை தப்பிக்கொண்டிருந்தது.

❖ ❖ ❖

மிகக் குறைந்த பக்கங்களையே உடைய மரணத்தின் கடைசி அத்தியாயம் தன் முன் விரித்துவைக்கப்பட்டிருப்பதை உணர்ந் தார் காந்தி. வாசித்து முடிக்கும்போது மரணம் தேடி வந்துவிடும்.

தேடி வருமா? தேடியடைய வேண்டுமா? வாழ்வு பற்றிய கற்பனைகள் முற்றுப்பெறும்போது மரணத்தைத் தேடத் தொடங்குகிறான் மனிதன். வாழ்வின் மூலம் உணர்த்த முடியாததை மரணத்தின் மூலம் உணர்த்துவதற்கு ஆசைப்படுகிறான்; தன் மரணத்தைத் தானே தேர்வுசெய்கிறான் என நினைத்தார் காந்தி.

வாழ்தலை ஒரு கடமையாகவே கருதியிருந்தார் அவர். முழு ஆயுட்காலத்தையும் வாழ்ந்து தீர்க்க வேண்டும். அதாவது 125 வருடங்கள்.

எப்போதுமே அவருக்கு அது வெறும் ஆசையாக மட்டும் இருந்ததில்லை. அதற்கேற்றாற் போலவே தன் வாழ்வியல் நடைமுறைகளையும் அமைத்துக்கொண்டிருந்தார். ஆன்மாவைப் போலவே உடல்மீதும் தீராத நம்பிக்கை கொண்டவராக இருந்தார் மகாத்மா. மரணத்தைக் கண்டு ஒருபோதும் அவர் அஞ்சியதில்லை. கடந்த சில நாள்களுக்கு முன்பாகப் பிரார்த்தனைக் கூடத்திற்கருகே குண்டு வெடிக்கும் ஓசை கேட்டபோது மனு பதறிப்போனாள். மிகப் பயந்து போயிருந்த அக்குழந்தைக்கு அப்போது அவர் ஆறுதல் சொன்னார். அது அருகில் உள்ள ராணுவ முகாமில் பயிற்சியின்போது வெடிக்கப்பட்ட குண்டின் ஓசையாயிருக்கலாம் எனச் சொல்லித்தான் அவளைத் தேற்ற வேண்டியிருந்தது. ஆனால் அது தன்னைக் குறிவைத்து நடத்தப்பட்ட தாக்குதல்தான் என்பதில் அவருக்குச் சந்தேகமே இருக்கவில்லை. கொலையாளிகள் மிக அருகில் இருக்கிறார்கள்.

அவரது 'காலடிச்சுவடு'களைப் பற்றிப் பின்தொடர்ந்து கொண்டிருக்கிறது மரணம். அதனிடம் தன்னை ஒப்புவிக்க அவர் தயாராகவே இருந்தார். மரணம் அவருக்கு அனுப்பிக் கொண்டிருந்த ரகசியமான செய்திகளை அவர் புன்னகையுடன் எதிர்கொண்டார். அதைக் கேலிசெய்தார்; சவால் விடுத்தார். இம்முதிய வயதில் அவர் மேற்கொள்ளும் உண்ணா நோன்புகள்கூட மரணத்திற்கெதிரான அவரது அறைகூவல்கள் தாம். எங்கே செத்துப்போய்விடுவாரோ என ஒவ்வொருவரும் பதற்றமடைகிறார்கள். மருத்துவர்கள் அவரைப் பரிசோதிக்கிறார்கள். சிறிதளவு பழச்சாறை அருந்துவதற்கு அவர் என்ன நிபந்தனை விதித்தாலும் ஏற்றுக்கொள்கிறார்கள்; அமைதி ஊர்வலங்களை நடத்துகிறார்கள்; கைகுலுக்கிக்கொள்கிறார்கள்; கட்டித் தழுவிக் கொள்கிறார்கள்; பிரார்த்திக்கிறார்கள். பிறகு எல்லோரும் ஒப்பந்தப் பத்திரங்களில் கையெழுத்திட்டு அவரிடம் கொடுத்துவிட்டுக் கொஞ்சம் பழச்சாறைக் கொடுத்து அதைக் குடிக்குமாறு வற்புறுத்துகிறார்கள். அவரும் மனநிறைவோடு அதைக் குடித்து மரணத்தோடு சமரசம்செய்துகொள்கிறார். பிறகு மகாத்மா கனவுகளில் மூழ்கிப்போகிறார். ராமராஜ்யம் குறித்த கனவிலும்

நூற்றியிருபத்தைந்து வருடங்கள் உயிர் வாழ்வது குறித்த கனவிலும்.

முந்தையவை ஒவ்வொன்றும் மாற்றமின்றித் தொடர்கின்றன. வழக்கம்போலவே அவர் அதிகாலை மூன்று மணிக்கு எழுந்து விடுகிறார்; காலைக் கடன்களை முடிக்கிறார்; கடிதங்கள் எழுதுகிறார்; ஹரிஜனுக்காகவும் வேறுசில பத்திரிகைகளுக்காக வும் கட்டுரைகள் எழுதுகிறார்; நடைப்பயிற்சி செய்கிறார்; ஆட்டுப்பாலும் வேர்க்கடலையும் சாப்பிடுகிறார்; தன்னைத் தேடி வருபவர்கள் அனைவரையும் சந்திக்கிறார்; சிலரை வாழ்த்துகிறார்; சிலரைப் பாராட்டுகிறார்; சிலரைக் கண்டிக் கிறார், சிலருக்கு அறிவுரை சொல்கிறார்; எல்லோருக்கும் ஆசி வழங்குகிறார். வழக்கம்போலவே அமைச்சர்கள் அவரைச் சந்திக்கிறார்கள்; ஆலோசனை கேட்கிறார்கள்; தம்பட்டமடித்துக் கொள்கிறார்கள். பிரதமர் நேரு அவரைச் சந்திக்கிறார், சர்தார் பட்டேல் சந்திக்கிறார். இருவரும் தோளோடு தோள் சேர்ந்து நிற்பதைப் பார்த்துப் பூரித்துப்போய்விடுகிறார் மகாத்மா. மாலைப் பிரார்த்தனைக் கூட்டங்களில் அனைவரும் கலந்துகொள்கிறார் கள். குரானிலிருந்தும் பைபிளிலிருந்தும் கீதையிலிருந்தும் வசனங் கள் படிக்கப்படுகின்றன; கேட்கப்படுகின்றன. பிறகு அவை ஒருமித்த குரலில் பாடப்படுகின்றன.

ரகுபதி ராகவ ராஜாராம்
பதீதப் பாவன சீதாராம்
ஈஸ்வர அல்லா தேரே நாம்
சப்கோ சன்மதி தே பகவான் . . .

மரணத்தின் பல்வேறு பாவனைகள், வெவ்வேறு ஒப்பனைகள்.

பிறகு எங்கிருந்தாவது யார் மூலமாகவாவது கலவரம் பற்றிய செய்தி வருகிறது. எரிக்கப்படும் மனித உடல்களிலிருந்து மேலெழும் கரும்புகை தன் அறையின் ஜன்னல்கள்மீது படர் வதை அவர் பார்க்கிறார். வெடியோசைகளையும் கூக்குரல்களை யும் அவர் கேட்கிறார். பிறகு தான் வைத்துள்ள குரங்கு பொம்மை களைப் போலவே மவுனமாகிறார், கண்களை மூடிக்கொள்கிறார், செவிகளையும் பொத்திக்கொள்கிறார். ஆனால் செவிகளைத் துளைத்துக்கொண்டு செய்திகள் மேலும் மேலும் வந்து கொண் டிருக்கின்றன. ஆட்சியதிகாரம் பெற்ற சத்யாகிரஹிகள் லஞ்ச ஊழல்களில் ஈடுபடுவதைப் பற்றிய செய்திகளை, நேருவுக்கும் பட்டேலுக்குமிடையேயான பூசல்கள் அதிகரித்துவருவதைப் பற்றிய செய்திகளைச் செவிகளைப் பொத்திக்கொண்ட நிலை யிலும் அவர் கேட்கத்தான் செய்கிறார். ‘ஒன்று நான் அல்லது

அவர்...'அறைகூவல்கள், மிரட்டல்கள், புகார்கள், எச்சரிக்கைகள், சவால்கள்...!

சத்யாகிரஹிகள் தாம் செய்த தியாகங்களுக்குக் கூலிகேட்கிறார்கள்.

எல்லாவற்றையும்விடத் தில்லியினதும் சுயராஜ்யத்தினதும் எதிர்காலம் குறித்தே அதிகம் கவலைப்பட்டார் காந்தி. தன் அறையிலுள்ள குரங்கு பொம்மைகள் தன்னையே கேலி செய்வதாகப்பட்டது அவருக்கு. ஆக, விதவிதமான ஒப்பனைகளைப் போட்டுப் பார்த்துச் சலித்துப்போன மரணம் இப்போது 'அச்சு அசல்' அவராகவே வந்து நிற்கிறது,

'மகாத்மா பகவதிசரணுக்கு ஜே! மகாத்மா பகவதிசரணுக்கு ஜே!'

'இது ஒரு மலிவான தந்திரம்' என வாய்விட்டுச் சொன்னார் மகாத்மா.

மலிவானது, கோழைத்தனமானது. இது அவரது சுயமரியாதைக்கு விடப்பட்டிருக்கும் சவாலும்கூட. அவரது வாழ்வை, மரணம் தன்னுடைய செய்தியாக மாற்ற முயல்கிறது! இந்தச் சவாலை எதிர்கொள்வதில்தான் வாழ்வின் உள்ளுறையான அர்த்தம் பொதிந்திருக்கிறது. வாழ்வைப் போன்றதே மரணமும். அதைத் தேர்ந்தெடுக்கும் உரிமையை விட்டுக்கொடுப்பதைப் போல வாழ்வை அவமதிக்கும் வேறொரு காரியம் இருக்கவே முடியாது என நினைத்தார் மகாத்மா.

மரணத்தைப் பற்றி அதுவரை எவ்வளவோ கற்பனைகளில் மூழ்கியிருந்திருக்கிறார் மகாத்மா. அது கவித்துவமும் துணிவும் நிரம்பிய ஒரு நிகழ்வாயிருக்க வேண்டும். தான் மேற்கொண்டு வரும் நெடிய உண்ணா நோன்புகளிலொன்று தன் வாழ்வை முடித்துவைக்க வேண்டுமென்பதுதான் மரணம் பற்றிய அவரது நெடுங்காலக் கற்பனையாய் இருந்தது. ஒரு சத்யாகிரஹிக்கு அதைவிட மேலான ஒரு வாய்ப்பு இருக்க முடியாது என நினைத்தார் காந்தி. தான் கொல்லப்படலாம் என நினைத்தார். பிரார்த்தனை மண்டபத்திற்கருகே கேட்ட குண்டுவெடிப்புச் சத்தத்தை அவர் பொருட்படுத்தவேயில்லை. அந்தத் தருணத்தில் கொல்லப்பட்டிருந்தால் அது மிக உன்னதமான மரணமாகவே இருந்திருக்கும் என நினைத்தார். அவர்களுக்கு முன்னால் வெற்றுடம்புடன் நிற்பதற்கு அவர் இன்னும்கூடத் தயாராகவே இருந்தார். மரணத்தைத் தேர்ந்தெடுக்கும் துணிவே ஒரு சத்யாகிரஹி கொண்டிருக்க வேண்டிய தகுதிகளில் முக்கியமானது. மகான்கள் மரணத்தைப் புன்னகையுடன் எதிர்கொள்கிறார்கள்.

மரணம் அவர்களிடம் தோற்றுப்போகிறது. பிறகு அவர்கள் உயிர்த்தெழுகிறார்கள்; சாகாவரம் பெற்றவர்களாகிறார்கள்.

இயேசு கிறிஸ்துவைப் போல, அவரது குரு டால்ஸ்டாயைப் போல. அவர்களது வாழ்வே அவருக்கு ஆதாரம். அவர்களது வாழ்வும் அவர்களது மரணமும்.

இருவருமே மரணத்தை விரும்பி ஏற்றுக்கொண்டவர்கள். தமக்கான கொலையாளிகளைத் தம் வாழ்விலிருந்து உருவாக்கியவர்கள். இயேசு மரணத்தைத் தோளில் சுமந்துகொண்டு கல்வாரி மலைக்கு மேற்கொண்ட பயணத்திற்கு இணையானதே யாஸ்னயா போல்யானாவிலிருந்து அஸ்டபோவாவை நோக்கி டால்ஸ்டாய் மேற்கொண்ட பயணமும். அந்தப் பயணத்தைப் பற்றிப் படித்த முதல் தருணங்களை நினைவுகூர்ந்தார் காந்தி. பெருமூச்சுகளோடும் துக்கத்தோடும்தான் அப்போது அவரால் அந்தப் பக்கங்களைக் கடந்து செல்ல முடிந்திருந்தது.

பிறகு அவை அவருக்கு வேறுவிதமாய்த் தென்பட்டன. திரும்பத் திரும்ப அவற்றைப் படித்தார். அதைவிடச் சிறப்பான முறையில் டால்ஸ்டாயால் தன் மரணத்தைத் தேர்ந்தெடுத்திருக்க முடியாது எனத் தோன்றியது அவருக்கு. உலகின் மற்ற எல்லா மரணங்களையும்விடக் கவித்துவமானது அது. அவர் தன் மாளிகையிலிருந்து வெளியேறிய பனிப்பொழிவு மிகுந்த அந்த அதிகாலையை மகாத்மாவால் ஒருபோதும் மறக்க முடிந்ததில்லை.

அதிகாலையில் துயிலெழும் ஒவ்வொரு தருணத்திலும் டால்ஸ்டாயின் நினைவுவரும் மகாத்மாவுக்கு. அநேகமாக அந்த நேரத்தில்தான் யாஸ்னயா போல்யானாவின் புகழ்பெற்ற அந்த மாளிகையிலிருந்து வெளியேறினார் டால்ஸ்டாய். பிர்லா மாளிகைக்கு அழைத்துவரப்பட்ட பிறகு காந்தியின் மனத்தில் அந்தச் சித்திரம் முன்பிருந்ததைவிட அழுத்தமான கோடுகளுடன் உயிர்த்தெழுந்தது. யாஸ்னயா போல்யானாவின் அந்த மாளிகையைப் போன்றதுதான் பிர்லா மாளிகையும். டால்ஸ்டாயைப் போலவே அவரும் இந்த மாளிகையில் ஒரு கைதியின் நிலையில்தான் இருத்திவைக்கப்பட்டிருந்தார். டால்ஸ்டாயைப் போலவே அவருக்கும் வெளியேறிவிட வேண்டுமென்ற வேட்கை இருந்தது.

வெளியேறிவிட வேண்டும். முன்பு தான் வசித்துவந்த துப்புரவாளர் குடியிருப்புக்கோ ஆசிரமத்திற்கோ சென்றுவிட வேண்டும். ஆனால் எல்லோரும் தன்னைப் பின்தொடர்ந்து வந்துவிடுவார்கள். கைதியைப் போலவோ கடவுளைப் போலவோ அடைத்துவைத்து வாயிலில் ஆயதமேந்திய காவலர்களை விறைப்பாக நிற்கவைத்துவிடுவார்கள். பிறகு பழைய கதைதான்.

கடிதங்கள், சந்திப்புகள், ஆசிகள், அறிவுரைகள். மாலையானால் பிரார்த்தனைக் கூட்டம். நல்ல ஏற்பாடுதான்!

கடவுள்! கைதியாக்கப்பட்ட கடவுள்! வெளியேறுவதனால் டால்ஸ்டாயை அப்படியே பின்பற்ற வேண்டும். தனக்கான ரயில் நிலையத்தை, புராதனச் சிறப்புடைய இம்மாநகருக்கு வெளியே தன் அஸ்டபோவாவைக் கண்டுபிடிக்க வேண்டும்!

சந்தேகமே இல்லை, வரலாறு தன்னையே பிரதியெடுத்துக் கொள்கிறது! வரிக்குவரி அப்படியே, ஒரு எழுத்தையும் விட்டு விடாமல்!

❖ ❖ ❖

1910ஆம் வருடம் அக்டோபர் மாதம் அதிகாலை ஐந்து மணிக்குத் தன் எண்பத்து மூன்றாம் வயதில் தான் பிறந்த திலிருந்து வாழ்ந்துவந்த தன் மாளிகையிலிருந்து வெளியேறினார் டால்ஸ்டாய். அப்போது பனிப்புயல் வீசிக்கொண்டிருந்தது. உறவுகளைத் துறந்து தன் நீண்டநாள் பணியாளரான மக்கோவ் ஸ்க்கியின் துணையோடு துலா குபேர்னியாவின் இருப்புப் பாதைகளில் அலைந்து திரிந்துவிட்டு நவம்பர் மூன்றாம் தேதி வோலாவோவிலிருந்து ரஸ்டோவ் – ஆன் – டாணை நோக்கிச் சென்றுகொண்டிருந்த ரயில் வண்டியின் மிக மோசமான நிலையிலிருந்த ஒரு இரண்டாம் வகுப்புப் பெட்டியில் பயணம் செய்துகொண்டிருந்தபோது கண்டுபிடிக்கப்பட்டு, பாதியிலேயே அஸ்டபோவா என்னும் மிகச் சிறிய ரயில் நிலையத்தில் இறக்கப்பட்டார்.

நிமோனியாவின் தாக்குதலுக்குள்ளாகி அவதியுற்றுக்கொண் டிருந்த டால்ஸ்டாயை ஸ்டேஷன் மாஸ்டரின் உதவியோடும் அவரைத் தேடிக்கொண்டு வந்திருந்த மகள் வார்வாரா மிகெய் லேனாவின் உதவியோடும் கீழே இறக்கினான் மக்கோவ்ஸ்க்கி. ஸ்டேஷன் மாஸ்டரின் அறையில் மூன்று நாள்கள்வரை அவரைத் தங்கவைத்திருந்தார்கள். முழு உலகின் கவனமும் அப்போது அந்த மிகச் சிறிய ரயில்வே ஸ்டேஷனின் மீது கவிந்தது. உலகின் மகத்தான மனிதனொருவனின் மரணத்தை முன்னறிவிப்புச் செய்வதற்காக ஐரோப்பா முழுவதிலுமிருந்து அஸ்டபோவா வுக்கு வந்திருந்த செய்தியாளர்கள் அங்கு மூன்று நாள்கள் வரை காத்திருந்தார்கள். அவர்களுடைய ஆசிரியர்கள் தம் அலுவலகங்களில் அவருக்கான இரங்கல் கட்டுரைகளைத் தயாரித்து வைத்திருந்தார்கள். தந்தி நிலையங்கள் இடையறாது இயங்கிக்கொண்டிருந்தன. நவம்பர் ஏழாம் தேதி அதிகாலை ஆறு மணி ஐந்து நிமிடத்திற்கு "என்னைத் தனியே விட்டு விடுங்கள். யாருமே என்னைப் பொருட்படுத்தாத ஒரு இடத்தை

நோக்கி நான் போகிறேன் . . .!" என்னும் வாக்கியங்களோடு மகத்தான அந்த மனிதரின் இறுதி மூச்சு அடங்கியது.

காந்தி பிர்லா மாளிகையைவிட்டு வெளியேறியபோது அதிகாலை மூன்று மணி நாற்பத்தைந்து நிமிடம். தன் குருவைப் போலல்லாமல் அவர் தன்னந்தனியே புறப்பட்டார். தனிக் லாலையும் அழைத்துச்செல்வது எனத் தீர்மானித்திருந்தவர் பிறகு தன் முடிவை மாற்றிக்கொண்டார். அன்றிரவு பதினொரு மணிக்கு மேல் காந்தியால் அவரைக் காண முடியவில்லை. தன் அழைப்புகளுக்குப் பதிலில்லாமல் போகவே தனிக்லாலைத் தேடிக்கொண்டு அவரது அறைக்குப் போனார் காந்தி. அப்போது மனுவுங்கூட அங்கிருக்கவில்லை. முந்தைய நாளிரவு சுசீலா அவளைத் தன்னுடன் அழைத்துச் சென்றிருந்தார்.

காலையில் அங்கிருந்து திரும்பியவுடன் தன்னைக் காணாமல் குழந்தை தவித்துப்போய் விடுவாளோ என நினைத்தார்.

மற்றவர்கள் ஆழ்ந்த உறக்கத்தில் இருந்தனர். மாளிகை பேரமைதிகொண்டதாயிருந்தது. கீதையின் ஒரு பிரதியை மட்டும் கையில் எடுத்துக்கொண்டார் காந்தி. வாயிலில் காவலர்கள் யாரும் தென்படக் காணோம். கதவும் திறந்திருந்ததால் அவரால் மிகச் சுலபமாக வெளியேற முடிந்தது. அவர் வழக்கமாக உடுத்தும் அரையாடையோடும் ஊன்றுகோலுடனும் விசால மான தெருவில் இறங்கிக் கண்டுபிடிக்கப்பட்டுவிடுவோமோ எனப் பதற்றத்துடன் விரைந்து நடந்தார். ஆள் நடமாட்டமே இல்லாத தெருக்கள் அவருக்கு மிக உதவியாயிருந்தன. மரங் களிலிருந்து பனித்துளிகள் இடையறாது சொட்டிக்கொண் டிருந்தன. அங்கொன்றும் இங்கொன்றுமாகத் தென்பட்ட விளக்குக் கம்பங்களிலிருந்து கசிந்துகொண்டிருந்த ஒளியைப் போர்த்தி மூடியிருந்தது பனிப்படலம். எலும்பைத் துளைக்கும் குளிர். கம்பளியொன்றை எடுத்து வந்திருக்கலாம் எனத் தோன்றியது அவருக்கு.

யாஸ்னயா போல்யானாவில் பனி இன்னும் அடர்த்தியாக இருந்திருக்கும்.

புறப்படும் தருணத்தில் எந்தத் திட்டத்தையும் வகுத்துக் கொள்ளவில்லை. அருகிலுள்ள ரயில் நிலையம் ஒன்றை அடைந்து பிறகு அங்கிருந்து தன் பயணத்தைத் தொடங்கலாம் என நினைத்திருந்தார். அவருக்கு அதிகபட்சம் ஒரு மணி நேரமே அவகாசம். அதற்குள் 'கிளி கூட்டைவிட்டுப் பறந்துவிட்ட' செய்தியைக் கண்டுபிடித்துவிடுவார்கள். டால்ஸ்டாய் சோபியா அந்திரேயவ்னாவுக்குக் கடிதம் எழுதிவைத்துவிட்டுப் புறப் பட்டதுபோலத் தானும் தன் வெளியேற்றத்துக்கான காரணங்

களை விளக்கி யாருக்காவது ஒரு கடிதம் எழுதிவைத்துவிட்டு வந்திருக்கலாம் எனத் தோன்றியது மகாத்மாவுக்கு.

அப்படிச் செய்யாததற்குக் காரணம் வெறுப்போ?

வெறுப்பல்ல, அன்பே இவ்வெளியேற்றத்திற்கும் ஆதாரமாய் இருக்க வேண்டும். அப்படி இருந்தால் மட்டுமே இவ்வெளியேற்றம் பொருளுடையதாக இருக்கும் என நினைத்தார் காந்தி. வெறுப்பின் விளைவானது இவ்வெளியேற்றம் எனில் தான் உண்மையான சத்தியாக்கிரஹி அல்ல, முழுமைபெறாத ஆன்மா என்றே சொல்லிக்கொள்ள வேண்டும் என நினைத்தார் காந்தி.

சாலையின் இருபுறங்களிலுமுள்ள நடைபாதைகளில் எண்ணற்ற மனிதர்கள் உடுத்துக்கொள்வதற்கே போதிய ஆடைகள் இல்லாதவர்களாய் நடுங்கவைக்கும் இக்குளிருக்குள் முடங்கிக் கிடப்பதைப் பார்த்தார் காந்தி. தன் வெளியேற்றம் பரிதாபமான இந்த மனிதர்களின் நிலையில் ஏதாவது மாற்றத்தைக் கொண்டு வருமா என யோசித்தார். அவருக்குக் குழப்பமாக இருந்தது. பகவதிசரண் செய்தது சரியோ? அவர் திரட்டிக்கொண்டு வந்த போர்வைகளும் கம்பளிகளும் இம்மனிதர்களில் சிலரது துன்பத்தைப் போக்கியிருக்கும் என்றால் அவரது செயலை எப்படி விமர்சிக்க முடியும்? அவர் பொய்சொல்லியிருக்கிறார் என்பதையும் தன்னைப் போல் வேடமிட்டுக்கொண்டு எல்லோரையும் ஏமாற்றியிருக்கிறார் என்பதையும் அவற்றின் நல்விளைவுகளைக்கொண்டு மறுமதிப்பீடுசெய்ய முடியுமா எனத் தன்னைத்தானே கேட்டுக்கொண்டார் மகாத்மா. அவரிடம் அதற்கு உடனடியான பதில் இல்லை. ஆழ்ந்து பரிசீலிக்க வேண்டிய கேள்வி இது என நினைத்தபடி வேகமாக நடந்தார்.

தில்லியின் புகழ்பெற்ற அந்த நாற்சந்தியில் ஊன்றுகோலுடன் அவர் நடந்து சென்றுகொண்டிருந்தபோது பனிமூட்டத்தை விலக்கி அருகில் வந்து நின்றது ஒரு மோட்டார் கார். நீண்ட கம்பளிக் கோட்டு அணிந்திருந்த போலீஸ் அதிகாரியும் சீருடைக்கு மேல் இரண்டு மூன்று ஸ்வெட்டர்களைப் போட்டுக் கொண்டிருந்த அந்த மோட்டார் காரின் ஓட்டுநரும் அதிலிருந்து இறங்கினர்.

"பெரியவரே யார் நீங்கள்? இந்த நேரத்தில் இங்கே என்ன செய்துகொண்டிருக்கிறீர்கள்?" என அதிகார தோரணையுடன் காந்தியை விசாரித்தார் போலீஸ் அதிகாரி.

"நானா? காந்தி, மோகன்தாஸ் கரம்சந்த் காந்தி."

"காலையிலேயே தொடங்கிவிட்டது பாருங்கள்!" எனச் சிரிக்கத் தொடங்கினார், அந்த ஓட்டுநர்,

பிறகொரு இரவு   ✻ 101 ✻

"இந்தக் கதையெல்லாம் வேண்டாம் அப்பனே! வயதான காலத்தில் எதற்காக இங்கே சுற்றிக்கொண்டிருக்கிறீர்? விறைத்துப் போய்விடுவீர்! பேசாமல் வீட்டைப் பார்த்துப் போய்ச் சேரும். உம்மைப் போன்றவர்களால் நாங்கள் படும் அவஸ்தை இருக்கிறதே...! இப்படியெல்லாம் வேடம் போட்டுக்கொண்டு திரிந்தால் அவர்களிடமிருந்து தப்பித்துவிடலாம் என நினைக்கிறீரா? சுட்டுவிடுவார்களய்யா, அவர்களிடம் துப்பாக்கிகள் இருக்கின்றன!"

இவ்வளவு அறியாமையோடு இருக்கிறாரே என நினைத்துக் கொண்டார் காந்தி. இந்திய அரசின் அதிகாரம்பெற்ற அதன் ஓர் பிரதிநிதி என்னும் முறையில் அவர் கேட்கும் எந்தவொரு கேள்விக்கும் பதிலளிக்க வேண்டியது ஒரு குடிமகனான தன் கடமை என நினைத்தார் காந்தி.

"மரணத்தைக் கண்டு நான் அஞ்சவில்லை ஐயா! அப்படி யொரு மரணம் வாய்க்குமானால் நான் மகிழ்ச்சியடைவேன். மரணத்தைத் தேடியே இப்போது நான் போய்க்கொண்டிருக் கிறேன். அரைமணிநேரத்திற்கு முன்புதான் பிர்லா மாளிகை யிலிருந்து யாரிடமும் சொல்லாமல் வெளியேறி வந்தேன். மனத்தில் எந்தத் திட்டமும் இல்லை. மீரட்டுக்குப் போகலாம் என்பது என் எண்ணம். பக்கத்தில் ஏதாவது ரயில் நிலையம் இருக்குமானால்..."

"இது ஒரேயடியாக முற்றிப்போய்விட்ட கேஸ் போலிருக் கிறது!" எனச் சிரிக்கத் தொடங்கினார் அந்த ஓட்டுநர், "திருத்த முடியாத அளவுக்கு முற்றிப்போய்விட்ட கேஸ்."

கடுங்கோபம் கொண்டவரானார் உயரதிகாரி.

"கிழவரே, சும்மா உளறிக்கொண்டிருக்காமல் பேசாமல் வீடு போய்ச்சேர்வதற்கான வழியைப் பாரும்! இல்லை செத் தொழிவதுதான் விருப்பமென்றால் மீரட்டுக்கோ வேறு எங்காவது போயோ செத்தொழியும்...! அதோ பாரும், அந்த விளக்குக் கம்பத்திலிருந்து வலது புறம் திரும்பி இடதுபுறம் செல்லும் குறுகிய சந்தின் வழியாகச் சென்றீரானால் ஒரு சிறிய ரயில்வே நிலையத்தை அடையலாம். ரயில் எப்போது வரும் என்பதை யாராலும் சொல்ல முடியாது. நீர் சொன்னதுபோல் மரணத்தைத் தேடிப் போவதாக இருந்தால் அங்கு சென்று காத்திரும். ரயில் வந்தால் உமக்கு அதிர்ஷ்டம்தான்! சும்மா இங்கே நடமாடிக் கொண்டிருக்காதீரும்!. இது நாட்டின் மிக முக்கியமான மனிதர் கள் வசிக்கும் பகுதி. யார் எந்த நேரத்தில் வருவார்கள் எனச் சொல்ல முடியாது. மகாத்மாவின் பாதுகாப்புப் பணியில் ஈடுபட்டுள்ள நாங்கள் எல்லாவற்றையும் சமாளிக்க முடியாமல்

தேவிபாரதி

படாதபாடுபட்டுக்கொண்டிருக்கிறோம். இதில் உங்களைப் போன்ற ஆசாமிகள் வேறு!"

"எனக்காகத் தனிப்பட்ட பாதுகாப்பு ஏற்பாடுகள் எதுவும் செய்ய வேண்டாம் என நேருவிடமும் பட்டேலிடமும் பலமுறை சொல்லிவிட்டேன், அவர்கள் கேட்பதாயில்லை!" என காந்தி வருத்தத்துடன் அளித்த பதிலைக் கேட்டதும் போலீஸ் அதிகாரிக்குக் கண்கள் சிவந்துவிட்டன. தன் உயரதிகாரி கோபம் கொள்வதைப் பார்த்த ஓட்டுநர் உடனே செயலில் இறங்கினார், "கிழவா, இப்போது நீ இடத்தைக் காலிசெய்யப் போகிறாயா இல்லையா?" என லத்தியைச் சுழற்றி காந்தியை அங்கிருந்து விரட்ட முற்பட்டார்.

துளியும் அச்சமில்லாமல் ஒரு கைத்த புன்னகையுடன் அதைப் பார்த்துக்கொண்டிருந்த அந்தப் பைத்தியகாரக் கிழவனை எப்படிச் சமாளிப்பது எனத் தெரியாமல் அவ்விருவரும் திணறினர்.

❖ ❖ ❖

காலையில் தகவல் கிடைத்ததும் தேடத் தொடங்கிவிடுவார்கள். தனிக்லால்தான் அதை உலகுக்கு முன்னறிவிப்பவராய் இருப்பார் என நினைத்தார் மகாத்மா. பிறகு விசாரணைகள் தொடங்கும். எல்லோரும் கேள்விகளால் குடைந்தெடுக்கப் படுவார்கள். தென்படும் எல்லா வாகனங்களும் சோதனைக் குட்படுத்தப்படும். மீரட்டை எளிதாக யூகித்துவிடுவார்கள். வழியிலேயே இறங்கிக்கொண்டுவிட வேண்டும். தில்லிக்கும் மீரட்டுக்குமிடையே ஏதாவதொரு இடத்தில் கடவுள் தனக்கான அஸ்டபோவாவைக் குறித்துவைத்திருப்பார் என நம்பினார் காந்தி.

குறுகலான பல சந்துகளைக் கடந்து ரயில் நிலையத்தை அடைந்தபோது குளிர் தீவிரமடைந்திருந்தது. புகை மண்டிய பிளாட்பாரத்தில் கந்தல் கூளங்களால் போர்த்தி மூடப்பட்ட உடல்களுடன் நூற்றுக்கணக்கான பயணிகள் மூட்டை முடிச்சு களைச் சுமந்தபடி அலைந்து திரிந்தனர். மூன்றாம் வகுப்புப் பயணிகளாக இருக்க வேண்டும். தூக்கக் கலக்கம் நிரம்பிய முகங்களிலிருந்தும் துர்நாற்றம் வீசும் உடல்களிலிருந்தும் அவர்கள் பல நாள்களாகப் பசியோடும் தாகத்தோடும் அங்கு காத்திருக்கக் கூடுமென நினைத்தார் காந்தி. இந்தி, உருது, வங்கம், குஜராத்தி எனப் பல்வேறு மொழிகளையும் சேர்ந்த சொற்கூட்டங்கள் அந்த ரயில் நிலையத்தின் கரிப்புகை மண்டிய சுவர்களில் மோதி எதிரொலித்துக்கொண்டிருந்தன. அங்குள்ள கிராதிகளில் சாம்பல் வண்ணமுடைய நூற்றுக்கணக்கான புறாக்கள் தென்

பட்டன. ஒப்பனையிடப்பட்டவை போல அனைத்துக்கும் ஒரே தோற்றம்.

யாருமே அவரைப் பொருட்படுத்தவில்லை. படிக்கட்டுகளில் ஏறி நடந்தபோது ஒரு சிறுமி ஆச்சரியத்துடன் அவரைப் பார்த்தாள்; யாருடனோ பேசிக்கொண்டிருந்த தன் தாயை அழைத்து அவரைச் சுட்டிக்காட்டி ஏதோ சொன்னாள். அவள் அவரை நிமிர்ந்து பார்த்துவிட்டு வெறுப்புடன் முகத்தைத் திருப்பிக் கொண்டாள். அவர்களுடன் பேச வேண்டும் என்னும் விருப்பம் உண்டானது காந்திக்கு.

முதலில் பயணச் சீட்டு வாங்கிக்கொள்ள வேண்டும்.

மீரட்டுக்குச் செல்வதற்கு இப்போது ஏதாவது வண்டி இருக்கிறதா எனக் கேட்டதற்கு மாடத்துக்குள்ளிருந்து அவரைக் கேலியாகப் பார்த்தார் பயணச் சீட்டு வழங்குபவர், "இப்போது எந்த வண்டியுமே புறப்படப்போவதில்லை" என்று உதட்டைப் பிதுக்கினார், "எந்த வண்டியுமே வந்து சேராததுதான் காரணம். மூன்று நாள்களாக இதுதான் நிலைமை. நீங்களே பார்க்கிறீர்களல்லவா? இவர்கள் எல்லோரும் பல்வேறு வண்டிகளுக்காகக் காத்துக்கொண்டிருக்கிறார்கள். நாங்கள் எங்கள் வசமிருக்கும் பயணச் சீட்டுகளை ஓய்வேயில்லாமல் கொடுத்துக்கொண்டிருக்கிறோம், மக்களும் சலிப்பேயில்லாமல் காத்துக்கொண்டிருக்கிறார்கள். வண்டி வரவேண்டியது மட்டும்தான் பாக்கி. ஆமாம், நீங்கள் எங்கே போக வேண்டும்? மீரட்டுக்கா? ஆமதாபாத்துக்கா? மீரட் என்றுதானே சொன்னீர்கள்?"

"உண்மையில் என்னிடம் எந்தத் திட்டமும் இல்லை. முதலில் எந்த வண்டி வருகிறதோ அதில் ஏறிக்கொள்ளலாமென நினைக்கிறேன்."

"அது தெரிந்த கதைதான்! உங்கள் ஆட்கள் எல்லோருமே அப்படித்தானே? எந்த வண்டி முதலில் வருகிறதோ அதில் தொற்றிக்கொள்கிறார்கள். ஆனால் ஒருவருமே பயணச் சீட்டு எடுப்பதில்லை. பரிசோதகர்களும்கூட அவர்கள்மேல் நடவடிக்கை எடுப்பதில்லை. எல்லாம் கொஞ்ச நாள்களுக்குத்தான். சர்தாரின் கைகள் கட்டப்பட்டிருக்கின்றன. *அது நடக்கட்டும்* என்பதற்காகக் காத்திருக்கிறார்கள். அவர் முகத்துக்காகப் பார்க்க வேண்டியிருக்கிறது. *அது நடக்கட்டும்,* பிறகுதான் இருக்கிறது வேடிக்கை!"

"ஐயா, என்னை மன்னியுங்கள். நீங்கள் சொல்வது எதையும் என்னால் புரிந்துகொள்ள முடியவில்லை. சற்று விளக்கமாகச் சொல்ல முடியுமானால் . . ."

பயணச் சீட்டு வழங்குபவர் உரக்கச் சிரித்தார்,

“ஐயோ என்னை விட்டுவிடுங்கள் பாபுஜி! எல்லாவற்றையும் விளக்கமாகச் சொல்லிக்கொண்டிருக்க முடியாது. இதோ ஒரு வண்டி வந்துகொண்டிருக்கிறது. அமிர்தசரஸ்வரை செல்லக் கூடியது. ஆடி அசைந்து போகும். வழியில்தானே ஜாலியன் வாலாபாக் இருக்கிறது? நீங்கள் போயிருக்கிறீர்களா? உங்களுக் கெல்லாம் புண்ணிய பூமி ஆயிற்றே? பயணச் சீட்டுக்கூட வேண்டாம். உங்கள் ஆட்கள் யாருமே வாங்குவதில்லையே? எல்லாம் கொஞ்ச நாட்கள்தான். அது நடக்கும்வரை...”

எல்லோரும் இவ்வளவு இயல்பாக இருக்கிறார்களே என ஆச்சரியப்பட்டார் காந்தி.

“அமிர்தசரஸுக்கு ஒரு பயணச் சீட்டுக்கொடுங்கள்” என்று ரூபாய்த்தாள் ஒன்றை நீட்டினார்,

‘ஜாலியன் வாலாபாக்குக்கா?’

“ஆமாம்...! அங்குதான். பார்த்து எவ்வளவோ நாள்களாகி விட்டனவே!” என்று பயணச் சீட்டு வழங்குபவரைப் பார்த்துக் கனிவாகப் புன்னகைத்துக்கொண்டே சொன்னார் காந்தி. அப்போது மகாத்மாவின் கண்களை நேராகச் சந்திக்க நேர்ந்த பயணச் சீட்டு வழங்குபவருக்கு மனம் பதறிவிட்டது.

❖ ❖ ❖

அமிர்தசரஸுக்குப் போகும் ரயிலின் நெரிசல் மிகுந்த பெட்டியொன்றினுள் அடித்துப் பிடித்து ஏறிக்கொண்டிருந்த ஐந்தாறு காந்திகளைக் கண்டதும் தீராத வியப்புடன் அவர்களை நோக்கி ஓட்டமும் நடையுமாய் விரைந்தார் மகாத்மா. கூட்டம் மிக அதிகமாக இருந்தது. காத்திருந்த அனைவரும் ஒரே சமயத்தில் பெட்டிக்குள் ஏற முயன்றனர். ஒவ்வொருவரும் மற்றவர்களை இழுத்துக் கீழே தள்ளிவிட்டுத் தாம் நுழைய முற்பட்டனர். சிலர் தாக்குதல்களிலும் ஈடுபட்டனர். வசை களாலும் கூக்குரல்களாலும் நிரம்பித் தளும்பிக்கொண்டிருந்தது அந்த ரயில் நிலையம்.

கதவருகிலேயே தயங்கி நின்றுகொண்டிருந்தார் காந்தி. ஆனால் கூட்டம் பெருகிக்கொண்டே இருந்தது. தன்னால் ஏற முடியாமல் போய்விடுமோ என நினைத்தார். நல்ல வேளை யாக அங்கு வந்துசேர்ந்த பயணிகள் கூட்டம் அவரைத் தள்ளிக் கொண்டுபோய்ப் பெட்டிக்குள் விட்டது. பெட்டியினுள் அதன் கொள்ளளவைக் காட்டிலும் நான்கைந்து மடங்கு கூடுதலான பயணிகள் அடைந்து கிடந்தனர்.

எந்த முயற்சியும் செய்யாமலேயே எல்லோரும் ஏதோ ஒரு இடத்திற்கு நகர்த்திச் செல்லப்பட்டிருந்தனர். சோர்ந்து

விட்டார் காந்தி. முழங்கால்களில் தாள முடியாத வலி. பிறகு ரயில் நகரத் தொடங்கியது. "ஐயா காந்தியாரே, இப்படி வாரும்! இங்கே உமக்குக் கொஞ்சம் இடமிருக்கிறது! உண்மை யிலேயே வயதானவராகத்தான் தென்படுகிறார். அவருக்குக் கொஞ்சம் இடம் கொடு. பாவம், என்ன இருந்தாலும் நம்முடைய ஆள்!"

பக்கவாட்டு இருக்கையொன்றில் இடம்பிடித்திருந்த காந்திகள் அவரை அழைத்துத் தம்மருகே உட்காரவைத்துக் கொண்டனர்.

"வெகுதொலைவிலிருந்து வருகிறார் போலிருக்கிறது! உமது திருநாமம் எதுவோ?"

தன்னைப் போலவே தோற்றமளித்த அவர்கள் ஒவ்வொரு வரையும் ஆச்சரியத்துடன் பார்த்துக்கொண்டே அதற்குப் பதிலளித்தார் மகாத்மா,

"காந்தி, மோகன்தாஸ் கரம்சந்த் காந்தி..."

எல்லோரும் பெருங்குரலெடுத்துச் சிரித்தனர்.

"அதுதான் தெரிந்த கதை ஆயிற்றே! நான் உமது உண்மை யான பெயரைக் கேட்டேன். அதாவது பெற்றவர்கள் உமக்குச் சூட்டிய பெயர்..."

"பெற்றவர்கள் எனக்கு அந்தப் பெயரைத்தானே வைத்தனர்?"

"சொந்த ஊருங்கூட போர்பந்தர்தானோ?"

"ஆமாம் நான் அங்குதானே பிறந்தேன்? இப்போது சில மாதங்களாக பிர்லா மாளிகையில் வசிக்கும்படி ஆயிற்று. இன்று அதிகாலையில் அங்கிருந்து வெளியேறிவிட்டேன். வெளி யேறும்போது திட்டமெதுவுமில்லை என்றாலும் இப்போது அமிர்தசரஸுக்குப் போய்க்கொண்டிருக்கிறேன். ஜாலியன் வாலாபாக் போக வேண்டும் என்பது என் ஆசை. பார்த்து எவ்வளவோ காலமாகிவிட்டது."

"மரை கழண்ட ஆள் போலிருக்கிறது!"

"நீ தெரிந்துவைத்திருப்பது அவ்வளவுதான். கிழவர் விவர மான ஆள்! இப்போது அந்த மாதிரி இடங்களுக்கு மவுசு கூடியிருக்கிறது. ஏராளமான சுற்றுலாப் பயணிகள் வருகிறார் கள். இப்படியொரு வேடம் புனைந்துகொண்டு அங்கே போய்ச் சும்மா சுற்றிக்கொண்டிருந்தால் போதும்! ஒரே மாதத்திற்குள் போதுமான அளவுக்குக் காசு பார்த்துவிடலாம்"

அருவருப்புத் தாளாமல் கண்களை மூடிக்கொண்டார் மகாத்மா. ஆக இப்படி முடிந்திருக்கிறது எல்லாம். பகவதிசரண்

தனிமனிதரல்ல. அதிகாலையில் அவர் சந்தித்த காவல் துறை அதிகாரிகளும் பயணச்சீட்டு வழங்குபவரும் ரயில் நிலையத்தில் தென்பட்ட பரிதாபத்திற்குரிய மனிதர்களும் இவர்களைப் போன்ற எண்ணற்ற காந்திகளைப் பார்த்திருக்கக்கூடுமென நினைத்தார் மகாத்மா.

“ஆனால் காந்தியாரே, எங்களையும் உம்மைப்போல் பிச்சை யெடுப்பதற்காக இந்த ஒப்பனையைச் செய்துகொண்டுள்ளதாக நினைத்துவிடாதீர்” என எச்சரிக்கும் தொனியில் சொன்னார் நடுத்தர வயதுடைய ஒரு காந்தி.

“இதோ இருக்கிறாரே, இவர் ஒரு குஜராத்தி. பெரும் நிலச்சுவான்தார், பல வருடங்களாகக் காங்கிரசில் இருந்தவர். ஒருதரம் சிறைக்குக்கூடப் போயிருக்கிறார். சுயராஜ்யம் கிடைத்த பிறகுதான் இந்த ஒப்பனையைப் போட்டுக்கொண்டார். இவர் இன்னும் அசல் காந்தியைப் பார்த்ததில்லை. ஆனால் பேச்சு, நடை, தோரணை எல்லாம் அசல் காந்தியினுடையதைவிட எடுப்பாகவே இருக்கும்!”

“பிச்சையெடுக்கும் நோக்கம் இல்லையென்றால் எதற்காக இந்த ஒப்பனை? எனக்குப் புரியவே இல்லை!” என்றார் மகாத்மா. அவருக்குக் குரல் நடுங்கிற்று.

“நல்ல கேள்வி கேட்டீர், தேர்தலில் நிற்க முடிவுசெய்திருக் கிறார் நம்முடைய ஆள். வெற்றிபெறுவதற்கு இதைவிடச் சுலப மான வழி இல்லை ஐயா! ரோமங்களை மழித்துத் தலையை மொட்டையாக்கிக்கொள்ளுங்கள், தோளிலும் இடுப்பிலும் கதரைச் சுற்றிக்கொள்ளுங்கள். கீதையின் புத்தம்புதிய பிரதி யொன்றைக் கையில் பிடித்துக்கொள்ளுங்கள். பிறகு தெருவில் இறங்கி நடந்து செல்லுங்கள். அவரைப் போலவே வேகமாக நடக்க வேண்டும்..!”

கேட்கக் கேட்க ஆச்சரியமாக இருந்தது மகாத்மாவுக்கு. அந்த மனிதர் பெருமிதத்தில் திளைத்துக்கொண்டிருந்தார். நடுத்தர வயதைத் தாண்டாத அவர் வயதான தோற்றத்தை வரவழைத்துக்கொள்வதற்காக மிகவும் சிரமப்பட்டிருக்க வேண்டும். கொஞ்சம் தொப்பை இருந்ததால் அதை மறைப் பதற்காக எப்போதும் வயிறை எக்கி வைத்துக்கொண்டிருந்தார். ஆனால் அவருக்குப் பற்கள் இல்லை. வேடம் கச்சிதமாகப் பொருந்த வேண்டும் என்பதற்காக அவற்றைப் பிடுங்கி எடுத்து விட்டிருப்பார் போலிருக்கிறது.

“இதன் மூலம் மக்களின் நம்பிக்கையைப் பெற்றுவிட முடியுமா என்ன?” என வியப்பு மேலிட்டவராய் அவரைக் கேட்டார் மகாத்மா.

“இது சும்மா கவனத்தை ஈர்ப்பதற்கு. எதிரிகளை வழிக்குக் கொண்டுவர வேறு வழிகளைத்தான் கையாள வேண்டும்!”

“அஹிம்சை முறையில்தான் இல்லையா?” எனப் பேராசை மிகுந்த கண்களால் அவரைப் பார்த்துக் கேட்டார் மகாத்மா.

“அஹிம்சை வழியா? நல்ல கதை!” எனச் சொல்லிக் குலுங்கிக் குலுங்கிச் சிரித்தார் அவர். பிறகு ஒரு ரகசியம்போலத் தணிந்த குரலில் சொன்னார்,

“இன்னும் சில நாள்கள்தான்! அது மட்டும் நடந்து முடியட்டும், பிறகு நான் மகாராணா பிரதாப்சிங் போலாகி விடுவேன். அவர்கள் எல்லோரையும் இமயமலைக்கப்பால் துரத்தியடிப்பார்கள் என் ஆட்கள்! ஆனால் காந்தியாரே, நீர் போய்ப் பிச்சையெடும்! உமது பிழைப்பைப் பாரும்! இந்தக் கதையையெல்லாம் எதற்காகக் கேட்டுக்கொண் டிருக்கிறீர்?”

தன் அஸ்டபோவா குறித்துச் சிந்திக்கத் தொடங்கினார் மகாத்மா.

தென்பட்ட எல்லா இடங்களிலும் அலுக்காமல் நின்று புறப்பட்டது ரயில். பகல் முழுக்கப் பயணம் செய்தும் அந்த வண்டியால் தன் தூரத்தில் பாதியைக்கூடக் கடந்திருக்க முடிய வில்லை. காலையில் அவர் வண்டியில் ஏறும்போதிருந்த நெரிசல் முற்றாகக் குறைந்திருந்தது. காந்திகள் தில்லியைத் தாண்டி நான்கைந்து நிறுத்தங்கள் கடந்து சென்றதும் விடை பெற்றுக் கொண்டார்கள். ஆனால் ஒவ்வொரு நிறுத்தத்திலும் சில புதிய காந்திகள் ஏறினர். கண்ணாடி, கதர், கையில் கீதையின் ஒரு பிரதி. உண்மையிலேயே இந்த ஒப்பனை மிகச் சுலபமானதுதான் என நினைத்தார் மகாத்மா. ஒவ்வொருவரும் ஒவ்வொரு காரணத்திற்காக இந்த ஒப்பனையைப் போட்டுக்கொள்கிறார்கள். பல சாதாரண மனிதர்களும்கூடத் தன்னைப் போல் ஒப்பனை செய்துகொண்டிருப்பதைப் பார்த்தார் மகாத்மா. கலவரக்காரர் களிடமிருந்தும் போலீசாரிடமிருந்தும் தப்புவதற்கு இந்த வேடம் உதவுகிறது எனத் தெரிவித்தான் பழ வியாபாரியான ஒரு இளைஞன்.

“வேடம்தான் எனத் தெரிந்தாலுங்கூட ஒன்றும் பிரச்சினை யில்லை. இவ்வேடத்திலிருக்கும் ஒருவரைக் கொல்வது பாவம் என நினைக்கிறார்கள். இந்த வேடத்தைப் போடாமலிருந் திருந்தால் சென்ற மாதம் எங்கள் குடியிருப்புப் பகுதி தீக்கிரை யாக்கப்பட்டபோது என் பெற்றோருடன் நானும் கொல்லப் பட்டிருப்பேன்!” என்றான். “பழ வியாபாரத்திற்கும்கூட இந்த வேடம் பயன்படுகிறது. சாதாரண வியாபாரியிடமிருந்து ஒரு

ஆரஞ்சுப் பழத்தை வாங்குவதைவிட மகாத்மாவிடமிருந்து வாங்குவது விசேஷமானதல்லவா?" என்று சொல்லிச் சிரித்தான் அவன்.

அவனிடமிருந்து ஓரிரு வாழைப் பழங்களை வாங்கிச் சாப்பிட்டுவிட்டுக் காலியாகக் கிடந்த ஒரு இருக்கையில் கால்களை நீட்டிப் படுத்துக்கொண்டார் காந்தி. உடல் சுடுவது போலிருந்தது. நிமோனியாவின் அறிகுறியோ? அஸ்டபோவா நெருங்கிக்கொண்டிருக்க வேண்டும்!

❖ ❖ ❖

பிற்பகல் இரண்டு மணிக்குப் பனிப்பொழிவு தொடங்கியது. குளிரிலிருந்து தப்புவதற்காக மகாத்மாவின் எதிரில் உட்கார்ந்திருந்த காந்திகளில் ஒருவர் புகைபிடிக்கத் தொடங்கினார். மற்றொருவர், வேடத்தைத் தற்காலிகமாகத் துறந்துவிட்டு நீண்ட கம்பளிக் கோட்டு ஒன்றை அணிந்துகொண்டார்.

ரயில் பானிபட்டை அடுத்துள்ள ஒரு மிகச் சிறிய ஸ்டேஷனை அடைந்து நின்றபோது இருள் சூழத் தொடங்கியிருந்தது. துப்பாக்கி ஏந்திய, சுமார் இருபது போலீஸ்காரர்கள் தான் பயணம் செய்துகொண்டிருந்த மூன்றாம் வகுப்புப் பெட்டியினுள் தாவி ஏறியதைப் பார்த்தார் காந்தி. பிடிபட்டுவிட்டோம் எனத் தோன்றியது அவருக்கு. காலையில் தகவல் கிடைக்கப்பெற்றதுமே நடவடிக்கைகளைத் தொடங்கியிருப்பார்கள்.

ஒவ்வொரு பயணியையும் துப்பாக்கி முனையில் நிறுத்தி வைத்துக் கேள்விகளால் துளைத்தெடுத்துக் கொண்டிருந்தனர் போலீசார்.

எந்த வற்புறுத்தலுக்கும் பணிந்துவிடக் கூடாது எனத் தீர்மானித்தார் காந்தி. நேருவோ பட்டேலோ நேரில் வந்து அழைத்தாலுங்கூடத் தன் முடிவை மாற்றிக்கொள்ளக் கூடாது. யாராவது வந்திருக்கிறார்களா எனப் பிளாட்பாரத்தைப் பார்த்தார். ஆள் நடமாட்டமே அற்றுக் கிட்டத்தட்டக் காலியாக இருந்தது. நைந்துபோய்விட்ட சீருடையுடன் தென்பட்டார் ஸ்டேஷன் மாஸ்டர். கொடிகளைச் சுருட்டிக் கக்கத்தில் இடுக்கியவாறே ஒவ்வொரு பெட்டியையும் ஆராய்ந்துகொண்டிருந்தார்.

"உமது பெயரென்ன?" எனக் கடுப்புடன் தன்னைப் பார்த்துக் கேட்ட காவல் துறை அதிகாரியை எங்கோ பார்த்திருப்பதாகத் தோன்றியது மகாத்மாவுக்கு.

"காந்தி, மோகன்தாஸ் கரம்சந்த் காந்தி"

"எந்த ஊரிலிருந்து வருகிறீர்?"

"தில்லியிலிருந்து..."

"எங்கே போய்க்கொண்டிருக்கிறீர்?"

"அமிர்தசரசுக்கு, வழியில் ஜாலியன் வாலாபாகில் இறங்கிக் கொள்ளத் திட்டம்."

"அங்கே எதற்காகப் போகிறீர்?"

"பார்த்து நீண்ட காலமாகிவிட்டதே...!"

"எங்கே உமது உடமைகளைக் காட்டும்"

"நான் எதையும் என்னுடன் எடுத்துவரவில்லையே! கொஞ்சம் பணம் இருக்கிறது. வேட்டியில் முடிந்துவைத்திருக் கிறேன். எனது ராட்டை எனக்கு ஈட்டித் தந்த தொகை. தவிர கீதையின் ஒரு பழைய பிரதியும் உள்ளது ஐயா."

காவல் துறை அதிகாரி வேட்டி முடிச்சைப் பிரித்துக்காட்டச் சொல்லிப் பார்த்துவிட்டுப் போய்விட்டார்.

மிக ஏமாற்றமாக இருந்தது மகாத்மாவுக்கு. பெட்டியில் பத்துப் பன்னிரெண்டு பயணிகளே இருந்தனர். குப்பைக்கூளங் களால் முற்றாக உருக்குலைந்து போயிருந்தது அந்தப் பெட்டி. இருக்கைகளுக்குக் கீழே பலவிதமான பழத்தோல்களும் உணவுப் பண்டங்களின் எச்சங்களும் நிரம்பிக் கிடந்தன. பெட்டியைச் சுத்தமாக வைத்திருப்பது நம் எல்லோருக்குமான கடமை என அவர் சொன்னபோது பயணிகள் சிரித்தனர். பிற்பகலில் காந்தி தனி ஆளாக அதைச் சுத்தம்செய்யத் தொடங்கினார். குப்பையைப் பெருக்கி வெளியே கொட்டிவிட்டுத் திரும்பிய வரின் முன்பாகச் சில்லறைக் காசுகளை வீசியெறிந்தனர். மிக அமைதியாக அவற்றைச் சேகரித்துத் தன் வேட்டி முடிச்சில் வைத்துக்கொண்டார். காந்திகளும்கூட இப்போது அடையாளம் காண முடியாத அளவுக்கு உருக்குலைந்து போயிருந்தனர். அவர்களது ஒப்பனைகள் கலைந்திருந்தன. இளம் காந்திகளின் சவரம் செய்யப்பட்ட முகங்களில் கரிய ரோமங்கள் அரும்பத் தொடங்கியிருந்தன. வழக்கமான அவரது பிரார்த்தனை நேரம் கடந்துசென்றுகொண்டிருந்தது. வண்டி புறப்படுவதற்கு நெடு நேரமாகலாம் எனச் சொல்லிவிட்டுப் போனான் ஒரு கடலை வியாபாரி.

அஸ்டபோவாவை வந்தடைந்துவிட்டோமோ?

சற்று நடக்கலாம் எனக் கீழே இறங்கிப் பிளாட்பாரத்தில் தனியாக நடந்தார்.

கூடடையும் தருணத்திற்குரிய ராகங்களை இசைத்துக் கொண்டிருந்தன பறவைகள். படபடக்கும் சிறகுகளுடன் தவித்துக் கொண்டிருந்த பறவைகள் அவரைக் கண்டதும் பதற்றமடைந்தன. அவற்றின் தனிமையைக் குலைத்துவிடக் கூடாது எனக் கருதிய வராக அங்கிருந்து விலகி நடந்தார். யாருமே தன்னைப் பொருட் படுத்தாத இடத்துக்கு வந்து சேர்ந்துவிட்டோம் எனத் தோன்றியது அவருக்கு. முன்னெப்போதும் அனுபவித்திராத சுதந்திரம் இது! மங்கலான வெளிச்சத்தைக் கசிய விட்டுக்கொண்டிருந்த விளக்குக் கம்பத்திற்குக்கீழ் பறவைகளின் எச்சங்களால் நிரம்பிக் கிடந்த சிமெண்ட் பெஞ்சின் மீது அமர்ந்து பிரார்த்தனையில் ஈடுபடத் தொடங்கினார் காந்தி.

❖ ❖ ❖

“எதற்காக இங்கே உட்கார்ந்திருக்கிறீர்கள் பெரியவரே? நீங்கள் பயணியோ?” எனக் கேட்டபடி தன்னெதிரே வந்து நின்ற ஸ்டேஷன் மாஸ்டரைக் கண்டு எழ முற்பட்டார் மகாத்மா.

“ஆமாம், அமிர்தசரஸ் போக வேண்டும். வண்டி புறப் படுவதற்குத் தாமதமாகுமெனக் கேள்விப்பட்டதால் பிரார்த்தனை செய்வதற்காக வந்தேன். எப்போது புறப்படும் என ஏதாவது தகவல் கிடைத்திருக்கிறதா ஐயா?”

“இல்லையே, எனக்குத் தெரியாது! வேறு யாருக்குமேகூடத் தெரிந்திருக்க வாய்ப்பில்லை. தண்டவாளங்களைப் பெயர்த்துப் போட்டிருக்கிறார்களாம். செய்தி வந்திருக்கிறது” எனச் சொல்லி விட்டு அவரை வினோதமாகப் பார்த்தார், “நீங்கள் அமிர்த சரஸுக்கா போக வேண்டும்? பயணச் சீட்டு வைத்திருக் கிறீர்களா?” புன்னகையைத் தன் இயல்பாகக் கொண்ட அவர், மிகச் சிரமப்பட்டுக் கண்டிப்பாக இருப்பது போன்ற பாவனை களை உருவாக்கிக்கொண்டிருப்பதாகத் தோன்றியது காந்திக்கு.

“இதோ” என வேட்டி முடிச்சை அவிழ்த்துப் பயணச் சீட்டை எடுத்து அவரிடம் கொடுத்தார் மகாத்மா. பெற்றுக் கொண்டு ஓரிரு அடிகள் தள்ளி நின்று அதைப் பரிசோதித்தார் ஸ்டேஷன் மாஸ்டர். அவரைப் பின்தொடர்ந்து வந்து அருகில் நின்ற மகாத்மாவைக் கண்டதும் அவர் கலவரமுற்றார்.

“ஐயா தங்கள் பெயர் என்ன? தயவுசெய்து சொல்லுங்கள்”

எப்போதும்போல் உண்மையையே பேசினார் அவர்,

“மோகன்தாஸ் கரம்சந்த் காந்தி.”

அவரைக் கூர்ந்து பார்த்த ஸ்டேஷன் மாஸ்டரின் முகத்தில் பதற்றம்.

“பாபுஜி, என்னை மன்னியுங்கள் இதோ வந்துவிட்டேன். பரிசீலிக்க வேண்டும்!” எனப் பயணச் சீட்டுடன் அங்கிருந்து வேகமாக நகர்ந்தார் ஸ்டேஷன் மாஸ்டர்.

அநேகமாக உரிய இடத்திற்கு வந்து சேர்ந்துவிட்டோம் போலிருக்கிறது என நினைத்தார் மகாத்மா. திடீரென அவரது உடல் நடுங்கத் தொடங்கியது. முன்னெப்போதும் உணர்ந்திராத களைப்பு. மூட்டுகளில் தாள முடியாத வலி. உரிய இடமும் உரிய நேரமும் இதுதான் போலிருக்கிறது என நினைத்துக் கொண்டார்.

கண்கள் இருட்டிக்கொண்டு வந்தன. அங்கிருந்த சிமெண்ட் பெஞ்சில் தளர்ந்து உட்கார்ந்தார். இன்னுமா பரிசீலித்துத் தீரவில்லை? கொஞ்சம் கண்ணயர்ந்தால் நன்றாக இருக்கும் எனத் தோன்றியது அவருக்கு. மேலாடையை உதறிப் போர்த்துக் கொண்டு கால்களைக் குறுக்கிப் படுத்தார். எதிரே சடலம் போல அசைவற்றுக் கிடந்தது அவரை இங்கே கொண்டுவந்து சேர்த்திருந்த ரயில் வண்டி. நெடிதுயர்ந்த தேவதாரு மரங்களால் சூழப்பட்ட அந்த மிகச் சிறிய ரயில் நிலையம் வனம்போல் காட்சியளித்தது. சற்றுத் தள்ளியிருந்த ஸ்டேஷன் மாஸ்டரின் பழுப்புநிறச் சுவர்களாலான மிகச் சிறிய அறையையும் விளக்குக் கம்பத்தையும் தவிர்த்துவிட்டுப் பார்த்தால் வனம்தான். பறவைகள் ஓயாது கூவிக்கொண்டிருந்தன.

விளக்குக் கம்பத்தின் உச்சியில் தன் கரிய சிறகுகளை விரித்து உட்கார்ந்திருந்த ஒரு பெரிய பறவை அவரைக் கூர்ந்து பார்த்துக்கொண்டிருந்தது. தன் மரணத்தை இவ்வுலகிற்குச் சொல்லவிருக்கும் பறவையாயிருக்கும் இது என நினைத்தார் காந்தி!

தனிக்லால்தான் முதலில் வந்து சேர்பவராய் இருப்பார். மனுவையுங்கூடத் தன்னுடன் அழைத்து வரக்கூடும். தன் கடைசி வாக்கியத்தை அவளிடத்திலேயே விட்டுச் செல்ல வேண்டும் எனத் தீர்மானித்துக்கொண்டார் மகாத்மா.

தன் இறுதி வாக்கியத்தைப் பற்றிய யோசனைகளில் மூழ்கத் தொடங்கினார் அவர். கவித்துவமானதாகவும் தன் வாழ்வின் செய்தியாகவும் இருக்க வேண்டும் அது. வாழ்வின் செய்தியையும் மரணத்தின் செய்தியையும் ஒரே வாக்கியத்தில் சொல்லிவிடுவதற்குத் தன்னால் முடியுமானால்! நேருவும் படேலுங்கூடத் தன் இறுதிக் கணங்களில் பக்கத்தில் இருப்பார்கள் என நினைத்தார். அவர்களிடமும்கூட ஏதாவது சொல்லலாம்தான். வாழும் போது சொல்லும் வாக்கியங்களுக்கு இருக்கும் மதிப்பைவிட மரணத்தின் போது சொல்லும் வாக்கியங்களுக்கு அதிக மதிப்பு உண்டே!

இந்தத் தருணத்தில் பா இருந்திருந்தால் எவ்வளவு நன்றாக இருந்திருக்கும்? அவரது வாக்கியங்களின் அர்த்தத்தைக் கஸ்தூர்பா ஒருபோதும் முழுமையான அளவில் புரிந்து கொண்டதில்லை. ஆனால் அவரது மௌனத்தை பா அளவுக்குப் புரிந்துகொண்டவருங்கூட யாரும் இல்லை. அவர் மௌன விரதம் மேற்கொள்ளும் திங்கட்கிழமைகளே பாவுக்கு மிகப் பிடித்தவை. மகாத்மாவை விட்டு ஒரு கணமும் பிரியாமல் பக்கத்திலேயே இருந்துகொண்டிருப்பதற்கான வாய்ப்புகளை அவருக்கு அளித்தவை திங்கட்கிழமைகள்தாம். அவர் பக்கத்தில் இருந்திருந்தால் கடைசி வாக்கியமாகக்கூட எதையும் சொல்ல வேண்டியிருக்காது என நினைத்தார் மகாத்மா. அவரளவில் ஈடுசெய்யவே முடியாத இழப்பு அது! கண்கள் தளும்பின அவருக்கு.

“பாபுஜி, தயவுசெய்து எழுந்திருங்கள். தங்கள் வண்டி புறப்பட்டுக்கொண்டிருக்கிறது. பாபுஜி . . . பாபுஜி . . .! கடவுளே இப்போது நான் என்ன செய்வேன்? உதவிக்குக்கூட இங்கே யாருமில்லையே! பாபுஜி, பாபுஜி, அடக் கடவுளே. . .!”

ஸ்டேஷன் மாஸ்டரின் பதற்றமான குரலையும் ரயில் என்ஜினின் நீண்ட விசில் சத்தங்களையும் கேட்டார் மகாத்மா. அவரால் கண்களைத் திறக்க முடியவில்லை. பிரக்ஞை நூலிழை யில் தவித்துக்கொண்டிருந்தது. யாருடைய வண்டி? எங்கிருந்து புறப்படுகிறது? எங்கு நோக்கி? இந்தக் குரல் யாருடையது? இந்தச் சத்தங்கள் எங்கிருந்து வருகின்றன? கஸ்தூருடையதா? தேவதாரு மரத்தின் உச்சியில் வசிக்கும் அச்சிறு பறவையினுடை யதா? இல்லை, விளக்குக் கம்பத்தின் மேல் வந்தமர்ந்ததே கரிய சிறகுகளையுடைய ஒரு பறவை, அது எழுப்பும் சத்தங் களோ இவை?

கண்களைத் திறக்க முயன்றார் மகாத்மா. எந்த வாக்கியத் தையும் சொல்லாமல் விடைபெற்றுக்கொண்டுவிட முடியாதே!

கம்பளியொன்றைக் கொண்டுவந்து போர்த்திவிட்டு விட்டுப் புறப்படக் காத்திருக்கும் அமிர்தசரஸ் ரயிலுக்கு விடைகொடுப் பதற்காகப் பச்சை விளக்கைத் தூண்டியெடுத்துக்கொண்டு ஓடினார் ஸ்டேஷன் மாஸ்டர். பிறகு அவருக்காகக் கொஞ்சம் வெந்நீர் தயாரித்துக்கொண்டு திரும்பிவந்து பார்த்தபோது எழுந்து உட்கார்ந்திருந்தார் மகாத்மா. அவரைக் கண்டதும் தன் பொக்கைவாய் திறந்து சிரித்தார்.

“உங்களுடைய வண்டி புறப்பட்டுப் போய்விட்டதே பாபுஜி! அமிர்தசரஸுக்கான அடுத்த வண்டிக்காக நீங்கள் இன்னும் பதினெட்டு மணிநேரம் காத்திருக்க வேண்டியிருக்கும்!”

மகாத்மா பெருமூச்செறிந்தார். வெந்நீர் தந்த தெம்பில் இப்போது அவரால் நன்றாக எழுந்து உட்கார முடிந்திருந்தது.

"நன்றி உங்களுக்கு. கடவுளின் சித்தம் இதுதான் போலிருக்கிறது. அவர் என் அஸ்டபோவாவை எங்கு தயாரித்து வைத்திருக்கிறாரோ அந்த இடத்தைத் தாண்டிச் சென்றுவிட முடியாதல்லவா?"

ஸ்டேஷன் மாஸ்டருக்கு முகம் வெளிறிவிட்டது.

"பாபுஜி, தயவுசெய்து என்னை மன்னியுங்கள். தீராத பழிக்கு ஆளாகிவிடாமலிருப்பதற்கு எனக்கு உதவுங்கள். இங்கே யாருமே இல்லை! உங்களுடைய கடைசி வாக்கியத்தைக்கூட நீங்கள் என்னிடம்தான் சொல்ல வேண்டியிருக்கும் பாபூ. அதைத் தாங்கிக்கொள்வதற்கான வலிமை எனக்கு இருப்பதாக நான் நினைக்கவில்லை. என்னை மன்னியுங்கள்! தில்லி ரயில் இன்னும் ஒரு மணிநேரத்திற்குள் வந்துவிடும். தயவுசெய்து தில்லிக்குத் திரும்பிச் சென்றுவிடுங்கள். அங்குதான் எல்லாம் நடக்க வேண்டும்."

அதற்கும் சிரித்தார் மகாத்மா.

"எல்லாம் முடிவாகிவிட்டதே! ஆனால் தயவுசெய்து எனக்கு ஒரு விஷயத்தைச் சொல்லுங்கள். எடுத்த எடுப்பிலேயே என்னை அடையாளம் கண்டுகொண்டுவிட்டீர்களே, அது எப்படி? நீங்கள் ஏராளமான பாபுஜிக்களைப் பார்த்திருப்பீர்கள் அல்லவா?"

ஸ்டேஷன் மாஸ்டர் சிரித்தார்,

"அது மிகச் சுலபமான காரியம் பாபு. அந்த ஏராளமான பாபுஜிக்களில் ஒருவர்கூடப் பயணச் சீட்டு எடுத்ததில்லை. கேட்டால் சுதந்திரம் வாங்கிக் கொடுத்தேனே, அது போதாதா என மல்லுக்கட்டுவார்கள். தவிர . . ."

குறுக்கிட்டார் மகாத்மா.

"தவிர, எல்லாவற்றையும் நீங்கள் எதிர்பார்த்துக்கொண்டிருந்தீர்கள், இல்லையா? உங்களுக்கு என் பயணமும் அதன் நோக்கமும் முன்னரே தெரிந்திருக்கிறது!"

அவர் பதற்றமடைந்தார்.

"ஆனால் பாபுஜி. தயுவுசெய்து நான் சொல்வதைக் கேளுங்கள்! இவ்விதமாய் முடிந்துவிடக் கூடாது அது. இது உங்கள் செய்தியாய் ஒருபோதும் இருக்கக் கூடாது!"

சுட்டுவிரலை உயர்த்தி அவரைப் பேசாமலிருக்கச் சொல்லிவிட்டுத் தொடர்ந்தார் மகாத்மா.

“இல்லை. என் அன்புக்குரிய சகோதரரே, என்னால் பின்வாங்க முடியாது. நான் தேர்ந்தெடுத்துவிட்டேன். இவ்வெளி யேற்றத்திற்கும் நான் இங்கு வந்து சேர்ந்ததற்குமான நியாயங் களை இவ்வுலகம் நிச்சயமாகப் புரிந்துகொள்ளும் என நான் உறுதியாக நம்புகிறேன் சகோதரரே! ஆனால் இங்கே டாக்டர்கள் யாருமில்லையா? நிமோனியா முழு வீச்சில் என்னைத் தாக்கத் தொடங்கிவிட்டது!” என மறுபடியும் படுத்துக்கொண்டார்.

“இல்லை பாபுஜி, நிமோனியா என்றால் என்னவென்றே இங்குள்ள யாருக்கும் தெரியாது. தயவுசெய்து என் வேண்டு கோளை ஏற்றுக்கொள்ளுங்கள். எல்லாம் அங்குதான் நடக்க வேண்டும்” எனச் சொல்லிக்கொண்டே தன் கைக் கடிகாரத்தைப் பார்த்துக்கொண்டார், “கடவுளே, இன்னும் பத்தே நிமிடங்கள் தான் எஞ்சியிருக்கின்றன, அதற்குள் என்னால் என்ன செய்ய முடியும்?” எனத் தனக்குத்தானே சொல்லிக்கொள்வதுபோல் முணுமுணுத்துவிட்டு “இது குறித்து வேறு யாரையும்விட நீங்கள் தான் தெளிவாக உணர்ந்திருக்க வேண்டும் பாபுஜி. மரணத் திற்கான விருப்பத்தோடு அல்ல, வாழ்வதற்கான ஆசையுடனேயே நீங்கள் வெளியேறியிருக்க வேண்டும். கவனத்தை ஈர்க்கவும் பணியவைக்கவும் நிகழ்ந்ததே இவ்வெளியேற்றம். நீங்கள் இதற்கு முன்பு மேற்கொண்ட உண்ணாவிரதங்களைப் போல்.”

இதற்குத் தன்னிடம் பதில் இல்லை என்பதுபோல் மௌன மாக இருந்தார் காந்தி,

“ஆனால் இப்போது அவர்கள் அனைவருமே இதை வேறு விதமாகத்தான் எதிர்கொள்வார்கள் பாபூ. அவர்கள் தீர்மானித்து விட்டார்கள்! நேற்றோ அதற்கு முன்தினமோ அவர்கள் தோற்றுப் போயிருக்கலாம். ஆனால் அவர்கள் உங்களுக்கெதிரான யுத்தத் தைத் தொடங்கிவிட்டார்கள். இன்று அல்லது நாளை. நாளை அல்லது நாளை மறுநாள் . . . வெறும் நாள் கணக்குதான்.”

“நீங்கள் சொல்வது உண்மைதான். ஆனால் எங்கே தவறு நிகழ்ந்தது? அதைத்தான் கடந்த மூன்று நாள்களாக யோசித்துக் கொண்டிருக்கிறேன்! நான் எல்லோரையும் சகோதரர்களாகவே கருதினேன். வரலாற்றுரீதியில் எனக்கு எதிரிகளாக நேர்ந்துவிட்ட வெள்ளையர்களையும்கூட நான் நேசித்தேன். அதையே நம் மக்களுக்குக் கற்றுக்கொடுக்கவும் முற்பட்டேன். சத்தியத்தின் செய்தியையும் அஹிம்சையின் செய்தியையும் எல்லோருக்கும் சொல்வதற்கு முயன்றேன். ஒருவகையில். . .”

தயங்கினார் மகாத்மா.

“ஒருவகையில் கிறித்துவின் செய்தியைச் சொன்னீர்கள்! அதனால்தான் பிரிட்டிஷ் அரசால் உங்களைக் கொல்ல முடிய

வில்லை. கிறித்தவராக அல்ல, கிறித்துவாகவே நீங்கள் அவர்களுக்குத் தென்பட்டீர்கள் பாபுஜி!"

"ஆம், நான் ஒரு உண்மையான கிறித்தவன். கிறித்தவர்களைக் காட்டிலும் உண்மையான கிறித்தவன்."

புன்னகைத்தார் மகாத்மா. அவருடன் பேசுவது தன் மனசாட்சியிடம் பேசுவதைப் போல் இருந்தது காந்திக்கு. மனசாட்சி, வெகுதொலைவில் பெயர் தெரியாத ஒரு கிராமத்தின் ஸ்டேஷன் மாஸ்டராக இருப்பதுதான் வேடிக்கை!

"அதனால்தான் தம் ஆயுதங்களை உங்கள் காலடியில் போட்டுவிட்டுச் சென்றிருக்கிறார்கள் நம் காலனியாட்சியாளர்கள்! அவர்களால் கிறித்துவை, தம் கடவுளை எதிர்க்க முடியவில்லை"

"நான் இந்து, மெய்யான இந்து, ராமனே என் கடவுள்! கீதையே என் தத்துவம்!"

"அப்படி நீங்கள் ஏமாற்றியிருக்கிறீர்கள் என யாராவது உங்களைக் குற்றம் சுமத்தினால் உங்கள் பதில் என்ன மகாத்மா?"

மௌனமாக இருந்தார் காந்தி.

"சொல்லுங்கள் பாபூ, உங்களுடைய தத்துவங்களை எதிலிருந்து வடிவமைத்துக்கொண்டீர்கள்? நம் மண்ணின் எந்தக் கடவுளிடமிருந்து அஹிம்சையைக் கற்றுக்கொண்டீர்கள்? நம் கடவுளர்களில் ஆயுதமெடுக்காதவர் என யார் இருக்கிறார்கள்? யார் தன் எதிரிகளை மன்னித்திருக்கிறார்கள்? யார் தன் மேலாடையைக் கேட்பவர்களுக்கு உள்ளாடையைக் கொடுத்திருக்கிறார்கள்? தன் கன்னத்தில் அறைபவருக்கு மறு கன்னத்தைத் திருப்பிக் காட்டியவர் யார்? அல்லது நீங்கள் வலியுறுத்திய எளிமையையாவது எந்தக் கடவுளாவது பின்பற்றியிருக்கிறதா? சொல்லுங்கள் பாபுஜி . . ."

நெடிய பெருமூச்சொன்று மகாத்மாவிடமிருந்து வெளிப்பட்டது.

"ஒரு சத்யாகிரஹியாக நான் என்ன செய்ய வேண்டும்? தயவுசெய்து எனக்குச் சொல்லுங்கள் சகோதரரே!" என்றார் காந்தி. அவரது கண்களில் நீர் துளிர்த்திருந்தது.

"தயவுசெய்து திரும்பிச் செல்லுங்கள் பாபூ . . .!" மன்றாடினார் அவர்.

"இல்லை, மரணத்திற்கொப்பானது அது!" எனத் தன் குரு டால்ஸ்டாயின் வாக்கியத்தை அவர் திருப்பிச் சொன்னார்.

மனசாட்சிக்குக் கோபம் வந்துவிட்டது.

“நீங்கள் உங்களுடைய சொந்த வாக்கியத்தைப் பேசுங்கள் பாபூ...! எங்களை உங்கள் சொந்த வழியில் எதிர்கொள்ளுங்கள். நாங்கள் உங்களைக் கொலைசெய்வதற்காகக் காத்திருக்கிறோம். ஒருவரையொருவர் பழி தீர்ப்பதற்கான யுத்தத்தைத் தொடங்கி யிருக்கிறோம். வரலாற்றோடு எங்களுக்குக் கணக்குத் தீர்த்துக் கொள்ள வேண்டும். தில்லியின் தெருக்களில் இன்னும் உலராம லிருக்கிறது ஆயிரமாண்டுகளின் குருதி. எங்களுக்கு உங்கள் தத்துவங்களின் மேன்மையைக் கற்றுக்கொடுங்கள் அல்லது எங்களுடைய துப்பாக்கிகளிலிருந்து வெளிவரும் தோட்டாக் களைப் பரிசாக ஏற்றுக்கொள்ளுங்கள்!”

மூச்சு வாங்கியது அந்த ஸ்டேஷன் மாஸ்டருக்கு.

“விரும்பியது போன்ற ஒரு கவித்துவமான மரணத்தைப் பெயர் தெரியாத இந்தக் கிராமத்தின் ரயில்வே ஸ்டேஷனில் நீங்கள் அடைவீர்கள். உங்கள் வழியைப் பின்பற்றும் நாங்கள் ஒன்று உங்கள் மரணத்திற்குப் பிறகு உங்களுக்குத் துரோகம் செய்வோம் அல்லது கொல்லப்படுவோம். உங்களைப் போல் வேடமிட்டுக்கொண்டு உங்கள் தத்துவத்தை அழிப்போம். பகவதிசரண்களால் நிரம்பி வழியப்போகிறது இந்தப் புண்ணிய பூமி. நீங்கள் கடவுளாக்கப்படுவீர்கள்! எதையும் மாற்றச் சக்தியற்ற வெறுங்கடவுள். பிறகு அக்கடவுளின் பெயரால் கணக்குத் தீர்க்கும் யுத்தம் தொடங்கும். அது வெகுகாலம் நீடிக்கும் பாபுஜி! உங்களுடைய அடையாளத்தை முற்றாக அழிக்கும் வரை நீடிக்கும்”

பிறகு இருவரும் மௌனமாயினர்.

விளக்குக் கம்பத்தின் உச்சியிலிருந்து அவரைக் கண் காணித்துக்கொண்டிருந்த கரிய சிறகுகள் கொண்ட அப்பெரிய பறவை பிலாக்கணமெழுப்பியபடி அங்கிருந்து பறந்தது. நெடுந் தொலைவுவரை கேட்டுக்கொண்டிருந்தது அதன் பிலாக்கணம்.

“இது என்ன தீர்க்கதரிசனம்?”

“தீர்க்கதரிசனமென்றோ மூடநம்பிக்கையென்றோ எப்படி வேண்டுமானாலும் சொல்லுங்கள், ஆனால் இவை நடக்கும் பாபூ!”

ஆழ்ந்த யோசனையில் மூழ்கினார் காந்தி. கண்களை மூடிக்கொண்டார்.

“இல்லை, என்னால் தோல்வியை ஏற்க முடியாது. என் எதிர்ப்பாளர்களுக்கு அஹிம்சையின் கவித்துவத்தை உணரவைப் பேன் நான்!”

“பாபூ, நீங்கள் உங்களுடைய முழு வாழ்க்கையையும் வாழ்ந்து தீர்க்க வேண்டும்!”

"அதாவது நூற்றியிருபத்தைந்து வருடங்கள்..."

கண்களை மூடி அமைதியானார் மகாத்மா.

"பாபூ... தில்லி ரயில் வந்து சேர்ந்துவிட்டது."

மகாத்மா எழுந்தார்.

தில்லிக்குச் செல்லும் ரயிலின் நெரிசல் மிகுந்த மூன்றாம் வகுப்புப் பெட்டியொன்றில் அதில் பயணம்செய்த எண்ணற்ற காந்திகளுடன் தானுமொருவராக உட்கார்ந்துகொண்டார் மகாத்மா. ஒரு குவளை ஆட்டுப் பாலுடனும் கொஞ்சம் வேர்க்கடலையுடனும் மூச்சிரைக்க ஓடிவந்தார் ஸ்டேஷன் மாஸ்டர்.

"நீங்கள் நலமாக இருக்க வேண்டும் பாபுஜி ...! தங்கள் மரணம் எங்கள் வாழ்வின் செய்தியாக இருக்க வேண்டும்!" எனத் தீராமல் பெருகிய கண்களைத் துடைத்தபடி மகாத்மா விடம் சொன்னார் அவர்.

❖❖❖

இரண்டு நாள்களுக்குப் பிறகு 1948ஆம் வருடம் ஜனவரி 30ஆம் தேதி பிற்பகல் மூன்று மணிக்கு மிகத் தாமதமாகத் தில்லியை வந்தடைந்தது காந்தி பயணம்செய்த ரயில் வண்டி. அங்கிருந்து கால்நடையாக பிர்லா மாளிகையை அடைந்த போது நேரம் நான்கு மணி ஐம்பது நிமிடம்.

பிரார்த்தனைக்கு நேரமாகிவிட்டதே எனப் பின்புற வாயிலின் வழியே அவசர அவசரமாக பிர்லா மாளிகைக்குள் நுழைந்தார் மகாத்மா. அதன் மிகப் பெரிய தோட்டத்தில் பூத்துக் குலுங்கும் ரோஜாச் செடிகளை வேடிக்கை பார்த்துக் கொண்டிருந்த மகாத்மா பகவதிசரண், காந்தி வந்ததைக் கவனித்தாரா எனத் தெரியவில்லை. அவரைக் கடந்து தன் அறைக்குத் திரும்பி, குளியலறையினுள் நுழைந்து முகம் கழுவிக் கொண்டிருந்தபோது வெளியிலிருந்து தனிக்லால் தன்னை அழைப்பது கேட்டது காந்திக்கு.

"பிரார்த்தனைக்கு நேரமாகிவிட்டது பாபுஜி, அவர் வந்து விட்டார்!"

உரத்த குரலில் அவருக்குப் பதிலளித்தார் மகாத்மா.

"இதோ வந்துவிட்டேன் தனிக்லால்ஜி. அவரைக் காத் திருக்கச் சொல்லுங்கள்"

'காலச்சுவடு', ஜனவரி 2008

ஒளிக்கும் பிறகு இருளுக்கும் அப்பால்

எதிர்த் திசையில் பின்னோக்கிச் சுழன்றுகொண்டிருந்தன கடிகார முட்கள். அவள் ஒரு பௌதீக மாணவி என்பதால் அதைக் காலத்தின் பின்னோக்கிய பயணமாகக் கற்பனை செய்துகொள்ள வேண்டுமென்பதில்லை. கடிகாரத்தின் மின்னணுத் தொழில்நுட்பக் கட்டமைப்பில் ஏற்பட்டுவிட்ட விசித்திரமான கோளாறின் விளைவே அது. ஆனால் இதற்காக அலட்டிக்கொள்ளத் தேவையில்லை. காலத்தைக் கணக்கிடுவதற்குக் கடிகாரத்தைவிட்டால் வேறு கதியே இல்லையா என்ன? விஸ்வம் அவளிடம் மன்னிப்புக் கேட்டபோது நேரம் மிகத்துல்லியமாகப் பின்னிரவு பதினொரு மணி ஆறு நிமிடங்கள் முப்பத்திரண்டு நொடிகளாயிருந்தது. அநேகமாக அந்தக் கணத்தில்தான் அவனுடைய சரித்திரமும் முற்றுப்பெற்றிருக்க வேண்டும்.

அது தன் வாழ்க்கையின் மிக மிக முக்கியமான தருணம் எனக் கருதியதால்தான் அப்போது அவள் கடிகாரத்தைப் பார்த்தாள்; மனத்திற்குள் அந்தக் கணத்தைக் குறித்துக்கொண்டாள்; அருணுக்காகவும் தனக்காகவும் தேநீர் தயாரிக்கும் பொருட்டுச் சமையலறைக்குள் போனாள். பிறகு இருவருமாகச் சேர்ந்து தேநீர் பருகினார்கள். அதற்குப் பின்னர் இருவரும், ரத்தத்தால் நனைந்துபோயிருந்த தங்கள் உடல்களைக் கழுவிக்கொள்வதற்காகக் குளியலறைக்குப் போனார்கள். அது அவர்களுக்குத் தங்கள் வழக்கமான தருணங்களில் ஒன்றாகவே தென்பட்டது. அன்றைய முன்னிரவின் எல்லாவற்றையும் தற்காலிகமாகவேனும் மறந்துவிடுவதற்கு அவர்களுக்கு எந்த முயற்சியும் தேவைப்பட்டிருக்கவில்லை. அருணுடைய நகைச்சுவை உணர்வோ

அவளுடைய விளையாட்டுத்தனங்களோ சிறிதளவும் பாதிப்புக் குள்ளாகியிருக்கவில்லை. காதலாலும் காமத்தாலும் போதை யூட்டப்பட்ட சொற்களைப் பரிமாறிக்கொள்வதற்குக்கூட அவர்கள் தயங்கவில்லை. ஆனால் பிறகு, முன்னெப்போதும் நடந்திராதபடி சீக்கிரமாகவே உச்சத்தை எட்டிவிட்டான் அருண். அது இயல்பானதுதான் எனவும் இடமாற்றத்தின் காரணமாக – கட்டிலில் விஸ்வத்தின் சடலம் கிடந்ததால் அவர்கள் வரவேற்பறையைப் பயன்படுத்திக் கொண்டிருந்தார் கள் – அப்படி நடந்திருக்கலாம் என அப்போது அவள் சொன்னது எவ்விதத்திலும் அவனுக்கு ஆறுதலளிக்கவில்லை.

பிறகு அவசர அவசரமாகப் புறப்பட்டான். துண்டு துண்டான சொற்களால் அவளை எச்சரிக்கையாக இருக்கும்படி கேட்டுக்கொண்டான். எவ்வளவு சீக்கிரம் முடியுமோ அவ்வளவு சீக்கிரம் வந்துவிடுவதாக வாக்களிக்கவும் செய்தான். கதவைத் திறந்து வெளியே காலடி எடுத்துவைத்தவன் எதையோ மறந்து வைத்துவிட்டதைப் போலப் பதற்றத்துடன் திரும்பிக் கதவைத் தாளிட்டான். அவள் தீராத குழப்பத்துடன் அவனைப் பார்த்துக் கொண்டு கதவருகிலேயே நின்றாள். முத்தமிட விரும்பு பவனைப் போல அவளை நெருங்கி, “பயப்படாத, நா சீக்கிரமா வந்துருவேன்” எனத் தணிந்த குரலில் சொல்லிவிட்டு வெளி யேறுவதற்கு மாறாக விஸ்வத்தின் சடலம் கிடந்த அவர்களுடைய படுக்கையறையை நோக்கி வேகமாக நடந்தான். கலவரத்துடன் அவள் பின்தொடர்ந்தாள். கட்டிலை நெருங்கி ஓரடி தள்ளி நின்றபடி அவனது உடலைப் பார்த்து எதையோ முணுமுணுத் தான். பிறகு ஒரு போர் வீரனுக்குரிய அசைவுகளுடன் விறைப் பாக நடந்து வெளியே வந்தான். பின் தொடர்ந்து கிட்டத் தட்ட ஓடிவந்து அவனுக்கு முன்னால் நின்றவளைப் பற்றி இழுத்து அதுவே கடைசியானது என்பதைப் போல் ஆவேசமான முத்தமொன்றைத் தந்துவிட்டு வெளியேறினான்.

காமத்தின் ஈரம் படர்ந்த உடலைக் கழுவிக்கொண்டு வந்தவள் தாறுமாறாகக் குலைந்துகிடந்த கேசத்தை ஒழுங்கு படுத்திக்கொள்வதற்காக நிலைக்கண்ணாடியின் முன்பாக வந்து நின்றபோது கடிகாரத்தில் நேரம் பதினொரு மணி பதினெட்டு நிமிடங்கள் மூன்று நொடிகளாக இருந்ததைக் கவனித்தாள். இவ்வளவுக்கும் பத்துப் பனிரெண்டு நிமிடங்கள் கூடத் தேவைப்பட்டிருக்கவில்லை என்பது அவளுக்கு ஆச்சரிய மாக இருந்தது. நிச்சயமாகக் கடிகாரம் பழுதடைந்துவிட்டது எனத் தீர்மானித்துக் கொண்டவளாய்க் கூந்தலை ஒழுங்கு படுத்துவதில் கவனத்தைச் செலுத்திக்கொண்டிருந்தபோது தான்

மிகத் தற்செயலாகக் கடிகாரத்தின் நொடிமுள் பின் னோக்கி எதிர்த்திசையில் சுழன்று கொண்டிருந்ததைக் கவனித்தாள்.

முதலில் அவளுக்குக் குழப்பமாக இருந்தது. அது பிரமையோ என நினைத்தாள். மனத்தை ஒருமுகப்படுத்திக்கொண்டு கூர்ந்து கவனித்தபோது, மீண்டுமொரு முறை பின்னோக்கிச் சுழன்று தன் பழைய இடத்திற்கு வந்திருந்தது சிவப்பு நிற முனையினையுடைய மிக மெலிந்த நொடி முள். அதன் இயக்கத் திற்கு ஒத்திசைவாக அதைவிடச் சற்றுத் தடித்த நிமிட முள் டக்கென்று ஒரு நிமிடம் பின்னோக்கிச் சரிந்தது. அவளுக்கு ரத்தம் உறைந்துவிட்டது. காலம் தன் கதியைத் தலைகீழாக மாற்றிக்கொண்டுவிட்டதோ என்னும் கற்பனை முதன்முதலாக அவளுக்குள் உருவானதும் அப்போதுதான். அந்தக் கற்பனை யின் விளைவான அதிர்ச்சியிலிருந்து மீள முடியாதவளாகக் கடிகாரப் பரப்பை வெறித்துப் பார்த்துக் கொண்டிருந்தாள். ஆனால் சிவப்புநிற முனையுடைய அந்த நொடி முள் ஏழுமுறை தலைகீழாகச் சுற்றி வருவதற்குள்ளாகவே அவள் சுதாரித்துக் கொண்டாள். அதாவது ஏழு நிமிடங்களுக்குள். இது போன்ற தருணங்களில் உருவாகும் திகிலூட்டும் உணர்வு தரும் போதை யில் மூழ்குவதற்கு அவகாசமில்லை. செய்து தீர வேண்டியவை நிறைய இருக்கின்றன.

அவள் எதிர்கொள்ள வேண்டியிருந்த முதல் சிக்கல் காலத்தைக் கணக்கிடுவது பற்றியதுதான்.

உண்மையில் காலத்தைக் கணக்கிடுவதற்கு இப்போது எதிர்த்திசையில் சுழன்றுகொண்டிருக்கும் பழுதடைந்த அந்தச் சுவர்க்கடிகாரத்தைத் தவிர அவர்களிடம் மூன்று கைக்கடிகாரங் களும் இரண்டு கைபேசிகளும் இருந்தன. கொடிய சாபமொன்று பலித்ததைப் போல எல்லாவற்றையும் ஒன்றன்பின் ஒன்றாக இழந்திருந்தாள். அவர்களுடைய முதலாவது திருமணநாளின் போது விஸ்வம் அவளுக்கு விலை உயர்ந்த கைக்கடிகாரம் ஒன்றைப் பரிசளித்திருந்தான். அதைத் தவிர ஏழு மாதங்களுக்கு முன்னர் அவளுடைய பிறந்தநாளின்போது அருண் பரிசளித் திருந்த மற்றொரு கைக்கடிகாரமும் அவளிடம் இருந்தது. சிட்டுக் குருவியின் அலகைப் போன்ற முத்து வண்ணத் தோற்றம் கொண்ட மிகச் சிறிய கடிகாரம். விஸ்வத்துக்குத் தெரியாமல் மிக ரகசியமாக அவள் அதைச் சமையலறையில், குழந்தை களுக்காகத் தயாரிக்கப்பட்ட சாக்லெட் டப்பாவின் ஏழு சிற்றறைகளில் ஒன்றினுள் ஒளித்துவைத்திருந்தாள். விஸ்வம் வீட்டிலிருந்த எந்தத் தருணத்திலும் அவள் அதை வெளியில் எடுத்ததில்லை. அவன் அலுவலகத்துக்குப் புறப்பட்டுச் சென்ற

பின் அதைத் தன் மணிக்கட்டில் அணிந்துகொள்வாள். பிறகொரு நாள் விஸ்வம் அதைக் கண்டுபிடித்துவிட்டான்.

அநேகமாக அதுதான் அருணுடனான அவளுடைய ரகசியக் காதலை அறிந்துகொள்ள விஸ்வத்துக்குக் கிடைத்த முதல் சந்தர்ப்பமாயிருக்க வேண்டும்.

அப்போதைய சண்டையில் அவள்மீது பிரயோகிக்கப்பட்ட வசைகளின் குரூரம் தாளாமல் அவளே அவர்ளுடைய ரகசியக் காதலின், ரகசியமான அந்தச் சின்னத்தை ஜன்னல் வழியாகத் தூக்கி எறிந்துவிட்டாள். கடிகாரத்தைத் தூக்கி எறிந்தது போல் அருணின் காதலையும் தூக்கியெறிந்திருப்பாள் எனத் தீர்மானித் துக்கொண்டவனைப் போல் பிறகு விஸ்வம் அமைதியானான். செய்தித்தாளை விரித்து மடியில் வைத்துக்கொண்டு அங்கிருந்த சோபாவில் உட்கார்ந்தான். அவள்மீதான தன் வெற்றியை அவனால் அப்படித்தான் வெளிப்படுத்த முடிந்திருந்தது என நினைத்தாள் அவள். ஏதாவதொரு வகையில் அவனுக்குப் பதிலடி கொடுக்க வேண்டும் என்னும் விருப்பம் உண்டாயிற்று அவளுக்கு. தொலைக்காட்சிப் பெட்டியின் மேல் இருந்த, அவர்களது திருமணநாளின்போது விஸ்வம் அவளுக்குப் பரிசளித்திருந்த கைக்கடிகாரத்தை அவள் தன் கையில் எடுத்துக் கொண்டதைப் பார்த்தபோது அவன் பதற்றமடைவதைக் கவனித்தாள். அவள் அதைத் தன் மணிக்கட்டில் அணிந்து கொள்ளப் போகிறாள் என முட்டாள்தனமாக எதிர்பார்த்துக் கொண்டிருந்தான் அவன். ஆனால் திடீரென அவள் அதை அருணின் கைக்கடிகாரத்தைத் தூக்கி எறிந்ததைப் போலவே அதே ஜன்னல் வழியாக வீசி எறிந்தாள். மூன்றாவது மாடி யிலிருந்து விஷ்ஷெனக் காற்றைக் கிழித்துக்கொண்டு கீழிறங்கித் தரையில் விழுந்து அது நொறுங்கும் துல்லியமான சப்தத்தைக் கேட்டு அவன் திடுக்கிட்டுப் போனான். ஜன்னலை அடைத்து விட்டு அவள் திரும்பிப் பார்த்தபோது விஸ்வத்தின் முகம் வெளிறிப் போயிருந்தது.

அவன் அத்தோடு அந்தப் பிரச்சினையை விட்டு விடுவான் என அவள் கொஞ்சங்கூடக் கற்பனை செய்துகொள்ளவில்லை. அவனது எதிர்வினை என்னவாக இருக்கப்போகிறது எனத் தீராத ஆவலுடன் அங்கேயே நின்று பார்த்துக்கொண்டிருந் தாள். பிறகு மெல்ல நிமர்ந்தான் அவன். அவள் அங்கிருப்பதைப் பொருட்படுத்தாத பாவனையுடன் மணிக்கட்டிலிருந்த தன் கைக்கடிகாரத்தைக் கழற்றி அதை மிக நுட்பமாக ஆராய்ந் தான். அவர்களுடைய திருமணத்தின்போது அவளுடைய தந்தை அவனுக்காக வாங்கிக் கொடுத்திருந்த அந்தக் கைக்கடி காரத்தை அவளை அவமானப்படுத்தும் பொருட்டு, சில

நிமிடங்களுக்கு முன்னால் தான் செய்ததைப் போலவே ஜன்னல் வழியாகத் தூக்கி எறியப்போகிறான் எனச் சரியாகவே யூகித்தாள். ஆனால் அதைப் பார்ப்பதற்காக அவள் பத்து நிமிடங்களுக்கு மேலாகக் காத்திருக்க வேண்டியிருந்தது. அவள் எப்படி எதிர்பார்த்தாளோ அப்படியே அதை, அதே ஜன்னலின் வழியாக வீசிவிட்டுப் பழி நிரம்பிய கண்களால் அவளை நேருக்கு நேர் பார்க்க முயன்றான். அவள் அவனது பார்வையைத் தவிர்க்க முயலவில்லை. அசைவற்ற விழிகளால் அவனது பார்வையை எதிர்த்து நின்றவள் பிறகு அவனது கண்களைப் பார்த்து மிக மெலிதாகப் புன்னகைக்கவும் செய்தாள். அதுவே போதுமானதாக இருந்தது அவனுக்கு. ஆத்திரம் கொண்டவனாக அவள்மீது பாய்ந்து கூந்தலை வளைத்துப் பிடித்து முதுகில் ஓங்கி அறைந்துவிட்டு அங்கிருந்து வேகமாக வெளியேறினான். ஆறு மாதங்களுக்கு முந்தைய ஒரு சாயங்காலத்தில் நடந்த பழி நிரம்பிய ஒரு நாடகத்தின் மிக உணர்ச்சிகரமான காட்சி யைப் போல் தென்படும் அந்த நிகழ்வைப் பிறகு அவளால் ஒருபோதும் மறந்துவிட முடிந்ததில்லை.

அதற்குப் பிறகு அவள் காலத்தைக் கணக்கிடுவதற்குத் தன் கைபேசிக் கருவியைத்தான் பயன்படுத்தி வந்தாள். காலத் தைக் கணக்கிடுவதற்கும் அருணோடு தொடர்புகொள்வதற்கும். விதியின் விளையாட்டுப் போல மற்றொரு தருணத்தில் நடை பெற்ற சண்டையில் அதையுங்கூட அவள் இழக்க வேண்டிய தாகிவிட்டது. முன்னிரவில் உயிரைக் காத்துக்கொள்ள அவளோடும் அருணோடும் நடத்திய போராட்டத்தில் தன் கைபேசிக் கருவியை விஸ்வம் ஒரு தற்காப்புக் கருவியாகப் பயன்படுத்தியதில் உடைந்து படுக்கைக்குக் கீழே செயலிழந்து கிடந்தது அது. விஸ்வத்தின் உடலோடு சேர்த்து அதையும் அப்புறப்படுத்திவிட வேண்டும் எனச் சொல்லிவிட்டுப் போயிருந் தான் அருண். அவனிடமும் ஒரு கைப்பேசி இருந்தது. போகும் போது அதைக் கையோடு எடுத்துச்சென்று விட்டிருந்தான். ஆட்களைத் தொடர்புகொள்வதற்கு அது அவசியம் தேவை என்று அவனுக்கு அவள்தான் நினைவூட்டியிருந்தாள்.

ஆகக் காலத்தைக் கணக்கிடுவதற்கென இருந்த கருவிகளில் ஒன்றுகூட இப்போது இல்லை. மீதமிருப்பது பழுதடைந்து தலைகீழான கதியில் பின்னோக்கி நகரும் முட்களைக்கொண்ட ஒரு கடிகாரமும் அப்புறப்படுத்தப்படுவதற்காக வைக்கப்பட்டிருக் கும் ஒரு சடலமும்தாம்.

கட்டிலில் மல்லார்ந்து கிடந்தான் விஸ்வம். முதுகலையில் சரித்திரம் படித்த நகரின் லீடிங் கிரிமினல் லாயர். லாயர் என்பதைவிடவும் சரித்திரம் படித்தவன் எனச் சொல்லிக்கொள்

வதில் அதிகப் பெருமைகொண்டிருந்தவனின் சரித்திரம் இப்போது முற்றுப்பெற்றுவிட்டது. நாளையோ நாளை மறு நாளோ அவனது வாழ்வின் பெருமைகளைப் பார் கௌன்சில் அலசும். முதுகலையில் சரித்திரம் படித்த நகரின் லீடிங் கிரிமினல் லாயர் அவனது காதல் மனைவியால் கொல்லப்பட்டுவிட்ட சரித்திரம் மட்டும் அவர்களுக்குத் தெரியுமானால்! ஆனால் யாராலும் ஒருபோதும் அறிந்துகொள்ள முடியாதபடி அந்தச் சரித்திரத்தைக் காலத்தின் கருந்துளையினுள் வீசிவிடுவான் அருண். பிறகு என்றாவது ஒரு நாள் கண்டுபிடிக்கப்படும் பொழுது போஸ்ட்மார்ட்டம் நடத்தக்கூட முடியாதபடி சரித்திரம் உருக்குலைந்திருக்கும்.

அலங்கோலமாகக் கிடந்தது வீடு. உடைந்து நொறுங்கிய கண்ணாடிக் குடுவைகளின் சிதறல்களை மிதித்துவிடாதபடி மிக எச்சரிக்கையாக அடிவைத்து அலமாரியை அடைந்தாள். அறையெங்கும் புத்தம் புதிதான மரணத்தின் வீச்சம். அதில் ஆச்சரியப்படுவதற்கு ஒன்றுமேயில்லை. ஏனென்றால் அந்த அறையில் புத்தம் புதிதாக ஒரு மரணம் நிகழ்ந்திருக்கிறது. நிகழ்ந்து ஓரிரு மணி நேரமாவது கழிந்திருக்குமா என்பது சந்தேகம்தான்.

பழுதடைந்து, பின்னோக்கிச் சுழன்றுகொண்டிருக்கும் முட்களையுடைய ஒரு கடிகாரம் காட்டும் நேரத்தைப் பார்த்து எந்தவொரு தீர்மானத்திற்கும் வந்துவிட முடியாது. ஆனால் நேரத்தைக் கணக்கிடுவதற்குத் தனக்கு வேறுசில வழிகள் இருப் பதைக் கண்டுபிடித்திருந்தாள் அவள். தலைகீழானதே என்றாலும் காலத்தின் பயணம் மிகத் துல்லியமானதாக இருந்தது. நொடி முள்ளின் பின்னோக்கிய சுழற்சியைக் கூர்ந்து கவனித்தவாறே விரல்களால் சொடக்குப் போட்டுப் பார்த்தாள். காலத்தைக் கணக்கிடுவதற்கு ஆரம்பப் பள்ளியில் சொல்லிக்கொடுத்திருந்த பாடம் அது. சரியாக அறுபதாவது சொடக்கில் நிமிட முள் டக்கென்று பின்வாங்கிக் காலத்தின் கணக்கில் ஒரு நிமிடத்தைக் கழித்துக் காட்டியது. கடிகாரம் தான் காட்டும் காலத்தின் கணக்கை ஒரு நிமிடம் கழித்துக்காட்டும்போது நாம் அசலான காலத்துடன் ஒரு நிமிடத்தைக் கூட்டிக்கொள்ள வேண்டும். அடிப்படை அலகாகக் கொள்வதற்குரிய ஒரு சரியான நேரத்தை மட்டும் கண்டறிந்துவிட்டால் போதுமானது. அவள் கடைசி யாகக் கடிகாரத்தைப் பார்த்திருந்த தருணத்திற்குப் பிறகு நிகழ்ந்திருப்பவை ஒவ்வொன்றையும் குறித்த நேரக்கணக்கீடு அதற்கு உதவக்கூடும்.

கொலை செய்த பிறகு அவர்கள் சில காரியங்களில் ஈடுபட்டிருக்கிறார்கள் என்று வைத்துக்கொள்ளுங்கள். உதாரண மாகத் தேநீர் பருகுவதைக் குறிப்பிடலாம். பருகி முடித்தவுடன்

ஆசுவாசப்படுத்திக்கொள்ளும் பொருட்டு ஒருவர் தோராயமாக ஐந்து நிமிடங்களைச் செலவிட்டிருக்கலாம். முன்னதாக அதைப் பருகுவதற்கு ஐந்து நிமிடங்கள்; அதற்கும் முன்பாக அதை ஆறவைப்பதற்கு இரண்டு நிமிடங்களும் தயாரிப்பதற்கு ஆறு முதல் எட்டு நிமிடங்களும் என வைத்துக்கொண்டால் ஒருவர் அல்லது இருவர் சேர்ந்து தேநீர் பருகுவதற்கு அதிக பட்சம் இருபது நிமிடங்களைச் செலவிட்டிருப்பார்கள் என்னும் முடிவுக்கு வரலாம். இப்படி ஒவ்வொரு காரியத்தையும் அதை மேற்கொள்வதற்குத் தேவைப்பட்ட தோராயமான நேரத்தை யும் கணக்கிட வேண்டும். அது அவ்வளவு துல்லியமானதாக இருக்காது என்றாலும்கூட வேறு வழியில்லாமல் போகும்போது, குறிப்பாகச் சொல்ல வேண்டுமென்றால் கடிகாரம் பழுதுபட்ட தருணங்களில் அல்லது விநோதமான முறையில் அதன் முட்கள் பின்னோக்கித் தலைகீழாக நகர்வதைப் பார்க்க நேர்கையில் இந்த முறையை உபயோகிக்கலாம்.

ஆனால் அங்கு ஒரு கொலையையும் கொஞ்சம் தேநீர் அருந்தியதையும் தவிரப் பெரிதாக ஒன்றும் நடந்திருப்பதாகச் சொல்ல முடியாது என்று நினைத்துக்கொண்டாள் அவள். கொலைத் திட்டத்தை வெற்றிகரமாக நிறைவேற்றிய பிறகு இருவரும் தேநீர் அருந்தினார்கள். முத்தமிட்டுக்கொண்டதும் கூட நினைவிருக்கிறது. ஆனால் அது தேநீர் அருந்தியதற்கும் கொலை செய்ததற்கும் முன்பாகவா? திட்டம் எதிர்பார்த் ததைப் போலச் சுலபமாக நிறைவேறவில்லை. அதிகமாகப் போராட வேண்டியிருந்தது. கழுத்தில் கயிற்றைச் சுருக்கிடும்வரை விஸ்வத்திடம் எந்த அசைவும் தென்படவில்லைதான். ஆனால் சுருக்கு இறுகத் தொடங்கியதும் விழித்துக்கொண்டான். ஒரு நிமிடத்திற்கும் குறைவான நேரத்தில் முழுப் பிரக்ஞையும் வந்திருந்தது அவனுக்கு. நடந்துகொண்டிருந்தது என்ன என்பதை உடனடியாக யூகித்துவிட்டான். உயிரைக் காப்பாற்றிக்கொள் வதற்காகப் போராடினான். மிகவும் ஆபாசமான வசைச் சொற்களால் அவர்கள் இருவரையும் கடுமையாக விமர்சிக்கத் தொடங்கினான். அது அவளை மேலும் மூர்க்கமடையச் செய்தது. பொதுவாகச் சில வசைச் சொற்கள் நம்மீது பிரயோகிக் கப்படும்போது நாம் நம்மை அறியாமலேயேகூட மூர்க்கமடைந்து விடுவோம் இல்லையா? உதாரணமாக 'தேவடியா' என்பது போன்ற ஒரு சொல். அது உங்களுக்குள் வன்மத்தை மூளச் செய்யும். அதைக் கேட்ட பிறகுதான் அவள் கயிற்றின் மற்றொரு முனையைப் பற்றினாள். கயிறு அறுந்தபொழுது சமையலறை யிலிருந்து கத்தியை எடுத்துவந்ததும்கூட அவள்தான். அப்பொழுது அவளுங்கூட அவன்மீது வசைமாரி பொழிந்தாள். குறிப்பாக அவை என்ன மாதிரியான வசைச் சொற்கள் என்பது அவளுக்கு நினைவில்லை. 'பொட்டப் பயலே, யாருடா

தேவடியா? என்னப் பாத்தாடா தேவடியாங்கறே? உன் வாயக் கிழிக்கலேன்னா எம் பேரு சசி இல்லடா ...' என்பதுபோல எதையாவது சொல்லியிருக்கலாம், இல்லையா? ஏனென்றால் அவனுடைய கன்னங்களைக் கீறிப் பிளந்தது அவள்தான். அப்பொழுது பீய்ச்சியடித்த ரத்தத்தால் அவளுடைய முலைகள் நனைந்துவிட்டிருந்தன. அப்பொழுது அவள் அதைக் குறித்துப் போதிய கவனமில்லாதவளாகவே இருந்திருக்க வேண்டும். பற்றிச் சுவைத்தபொழுது முலைகளில் ரத்தத்தின்வாடை அடிப்பதாகச் சொன்னான் இல்லையா அருண்? அது நடந்தது குளியலறையிலா? இல்லை, குளியலறையிலிருந்து படுக்கை யறைக்குப் போய்க்கொண்டிருந்த தருணத்தில் படுக்கையறையின் கதவுக்குப் பின்னாலிருந்து வந்து பின்புறமாக அவளை அணைத் தான் அருண். தான் திமிறியதும்கூட அவளுக்கு நினைவிருக் கிறது. ஆனால் அப்போது அருண் சொன்ன ஏதோ ஒரு வாக்கியம்தான் அந்த மோசமான தருணத்திலும் அவனுடைய காமத்துக்கு மதிப்பளிக்க அவளைத் தூண்டியிருக்க வேண்டும். ஒருவேளை அருண் அவளிடம், 'சசி, ப்ளீஸ் சசி, ஒரு தடவை ... ஒருவேள இதுவே கடைசியாகவுமிருக்கலாம். நாம இனி சந்திச் சுக்கவே முடியாமக்கூடப் போயிரலாம்' என்பதைப்போல் ஏதாவது சொல்லியிருக்கலாம். அப்பொழுது அவளுடைய கையில் தேநீர்க் குவளை இருந்தது. அதற்கு முன்னால் குளிய லறைக்குப் போய் அவசர அவசரமாக உடலைக் கழுவிக் கொண்டது நினைவிருக்கிறது. ஆனால் அது உடலில் தெறித் திருந்த ரத்தத்தைக் கழுவிக்கொள்வதற்காகவா? அப்போது அருண்கூட அவளுடன் இருந்தான் இல்லையா? அவனது உடலிலும் ரத்தம் தெறித்திருந்தது. அவனது உடைகள் ரத்தத்தால் சொதசொதவென நனைந்து போயிருந்தன. அந்த உடைகளோடு தான் போயிருக்கிறானா என்ன? அது குறித்து எச்சரிப்பதற்குக் கூட இப்போது அவளுக்கு வழியில்லை.

விஸ்வத்தின் சடலம் முன்பு பார்த்த அதே நிலையில்தான் கிடந்தது. கைகளிரண்டும் விரிந்து கிடந்தன. அகன்று கிடந்த கண்களிலிருந்து ரத்தம் வழிந்துகொண்டிருந்தது.

ஒருவேளை அது அவனது கபாலத்திலிருந்து பெருகி வழிந்ததாகவுமிருக்கலாம். ஆணி அறைவதற்காக முன்னெப் போதோ வாங்கிவைத்திருந்த சிறிய சுத்தியலைக் கொண்டு அவள்தான் அவனது கபாலத்தைப் பிளந்தாள். அந்தத் தருணத் தில் அவன் மிக இழிவான முறையில் அருணின் காலடியில் முழந்தாளிட்டிருந்தான். 'அருண், உனக்குச் சசிதானே வேணும்? எடுத்துக்கோ, என்ன விட்டுடு அருண் ... ப்ளீஸ் என்னக் கொண்ணுடாத அருண்' எனவும் அதைவிட வெட்கங்கெட்ட முறையிலுங்கூட எதையோ சொல்லி அவன் பிதற்றிக்கொண்

டிருந்தது அவளுக்கு ஞாபகமிருந்தது. உயிரை இழக்குமுன் அவன் அவளது கண்களை நேராகச் சந்திக்க முயன்றதாக அவள் கற்பனை செய்துகொண்டிருந்தாள். அருணின் முத்தங் களை ஏற்றுக் கீழே சரிந்தபோது அவனது கண்கள் தங்களைக் கண்காணிப்பதாக முணுமுணுத்தான் அருண். அவள் அவனிட மிருந்து விலகி இமைகளை இழுத்து அந்தக் கண்களை மூட முயன்றாள். ஆனால் இமைகள் மூட மறுத்தன. பார்த்துக் கொண்டிருந்த அருண் உதவிக்கு வந்தான். இருவருமாகச் சேர்ந்து மாறி மாறி முயன்றுங்கூட அவர்களால் வெற்றிபெற முடியவில்லை. அருண் சீக்கிரமே களைத்துப்போனான். பிறகு அவள் ஒரு எளிய யோசனை சொன்னாள். அதைக் கேட்டு ஆச்சரியமுற்றவனாக விஸ்வத்தின் முகத்தை ஒரு டவலால் மூடிவிட்டு எழுந்தான் அருண். பிறகுதான் வரவேற்பறைக்கு வந்தார்கள்.

பௌதிக மாணவியான அவளுக்கு இவையெல்லாவற்றுக்கு மான நேரத்தைக் கணக்கிடுவது பெரிய சவால் அல்ல. அநேகமாக ஒன்றரை மணி நேரம். விஸ்வம் அவளிடம் மன்னிப்புக் கேட்ட போது பதினொரு மணி ஆறு நிமிடம் என்றால் ஒன்றரை மணி நேரம் கழித்து இப்போது நேரம் குறைந்தபட்சம் பனி ரெண்டு மணி முப்பத்தைந்து அல்லது நாற்பது நிமிடங்களா யிருக்க வேண்டும். ஆனால் கடிகாரமோ ஏறத்தாழ ஒரு மணி நேரத்தைக் குறைத்துக் காட்டிக்கொண்டிருக்கிறது. ஒரு மணி நேரத்திற்கு முன்னதாக அது தன் ஓட்டத்தை நிறுத்திக்கொண் டிருக்கும் என்றால்கூடக் குழப்பத்திற்கு இடமில்லாமல் போயிருந் திருக்கும். ஆனால் விநோதமான முறையில் அதன் முட்கள் எதிர்த்திசையில் பின்னோக்கிச் சுழல்வதால்தான் வேறுவிதமான கணக்கீடுகள் தேவைப்படுகின்றன. ஆனால் கடிகாரத்தின் மின்னணுக் கட்டமைப்பில் நேர்ந்துள்ள விநோதமான இக் கோளாறுகூட ஒரு திட்டவட்டமான இயற்பியல் விதிக்குட் பட்டதாயிருக்க வேண்டுமென நினைத்தாள். அநேகமாக நள்ளிரவு பனிரெண்டு மணிக்குப் பிறகே கடிகாரம் தன் கதியை மாற்றிக்கொண்டிருக்க வேண்டும். அப்படியானால் பதினொன்று ஆறுக்குப் பிறகு ஐம்பத்து நான்கு நிமிடங்கள் முன்னோக்கித் தம் வழக்கமான கதியில் நகர்ந்துசென்ற கடிகார முட்கள் நள்ளிரவு பனிரெண்டு மணிக்குப் பிறகு பூஜ்ஜியத் திலிருந்து தலைகீழான பயணத்தைத் தொடங்கியிருக்க வேண்டும். தலைகீழான ஓட்டத்தில் இருபத்தைந்து நிமிடங்கள் கழிந்திருக் கின்றன. இனி நேரத்தைக் கணக்கு வைத்துக்கொள்வது அவ்வளவு கடினமல்ல. கடிகாரத்தில் ஒரு நிமிடம் குறையும் பொழுது காலத்தில் ஒரு நிமிடத்தைக் கூட்டிக்கொள்ள வேண்டும். கடிகாரத்தில் பதினொன்று முப்பத்து மூன்று என்றால் நிஜத்தில் பனிரெண்டு இருபத்தாறு. வெகு சுலபம்.

ஆனால் இப்போது யோசிக்க வேண்டியது அதைப் பற்றி அல்ல. இன்னும் ஒரு மணி நேரத்திற்குள் விஸ்வத்தின் உடலை அப்புறப்படுத்தியாக வேண்டும். அருண் எப்போது திரும்பி வருவான் என்பது நிச்சயமற்ற நிலையில் திட்டவட்டமாக அதைக் குறித்து முடிவெடுத்துவிட முடியாதுதான். விடியற்காலை ஐந்து, ஐந்தரைக்கெல்லாம் குடியிருப்புவாசிகளில் சிலர், குறிப் பாக வாக்கிங் போகிறவர்கள் எழுந்துவிடுவார்கள். வேலைக் காரிகளும் நடுத்தர வயதுடைய சில குடும்பத் தலைவிகளும் கீரை, மீன் வியாபாரிகளும் நடமாடத் தொடங்கிவிடுவார்கள். அதற்கு முன்னதாக இரண்டிலிருந்து மூன்று மணிக்குள் எல்லா வற்றையும் முடித்துக் கொள்வது நல்லது. அந்த நேரத்தில் செக்யூரிட்டிகள் தேநீர் பருகுவதற்காக இங்கிருந்து அரைக் கிலோ மீட்டர் தொலைவிலுள்ள மேம்பாலத்திற்குக் கீழே ஆட்டோ ஓட்டுநர்களுக்காகத் திறந்துவைக்கப்பட்டிருக்கும் பேக்கரிக்குச் சென்றுவிடுவார்கள். அதிகபட்சம் இன்னும் ஒரு மணி நேரத்திற்குள் திரும்பிவந்தாக வேண்டிய நிர்பந்தத்தை அருண் உணர்ந்திருக்கிறானா என்று தெரியவில்லை.

ஆனால் இது போன்ற யூகங்களுக்கும் கணக்கீடுகளுக்கும் தான் அளவுக்கதிகமான முக்கியத்துவம் கொடுப்பதாக நினைத் தாள். தான் இயற்பியல் மாணவி என்பதை அவள் தேவையான போது மறந்துவிடுகிறாள் அல்லது தேவையில்லாதபோது நினை வூட்டிக் கொண்டுவிடுகிறாள். அதுதான் பிரச்சினை. முதலில் எல்லாவற்றையும் ஒழுங்குபடுத்த வேண்டும் என நினைத்தாள். எல்லாவற்றையும் அவற்றின் பழைய நிலைகளுக்குக் கொண்டு போக வேண்டும். அதிகமாகச் சீர்குலைந்து போயிருந்தவை படுக்கையறையும் கூடமும்தான்.

ஒரு கட்டத்தில் விஸ்வத்தால் தன்னை அவர்களிடமிருந்து விடுவித்துக்கொள்ள முடிந்திருந்தது. ஏதோவொரு கனமான பொருளால் அருணின் செவிட்டில் அறைந்து விட்டுத் தப்பி ஓட முற்பட்டிருந்தான். அவர்கள் சுதாரித்துக்கொள்ளாமலிருந் திருந்திருந்தால் கதவைத் திறந்துகொண்டு படிகளில் இறங்கி யிருப்பான். பக்கத்து வீட்டுக்காரர்களை உதவிக்கு அழைத் திருக்கவுங்கூட அவனால் முடிந்திருக்கும். அப்போது சமயோசித மாகச் செயல்பட்டது அவள்தான். அவளுடைய கண்களுக்கு அந்தச் சுத்தியல் தென்பட்டதைத் தற்செயலானது என்றுகூடச் சொல்லலாம். ஸ்டோர் ரூமில் கழித்துக் கட்டப்பட்ட தட்டு முட்டுச் சாமான்களுக்குள் மறைந்து கிடந்த அதை இரண்டு நாட்களுக்கு முன்புதான் தன்னுடைய ஏதோவொரு தேவைக் காகத் தேடியெடுத்திருந்தான் விஸ்வம். உபயோகப்படுத்தி விட்டு டேபிளின் மேல் போட்டுவிட்டுப் போயிருந்தான். பிறகு அது பேப்பர் வெயிட்டாகப் பயன்பட்டுக்கொண்டிருந்தது.

தேவிபாரதி

ஆனால் சமையலறையின் ஒழுங்கைச் சிதைத்த பொறுப்பு அவளுக்கும் அருணுக்குமுரியது.

தேநீர் பருகிக்கொண்டிருந்தபோது அவளுக்கு அருணின் மேல் கட்டுக்கடங்காத கோபம் வந்துவிட்டது. தேநீர்க் கோப்பையை விசிறி அடித்துவிட்டுச் சமையறைக்குள் நுழைந்து அங்கிருந்த குளிர்சாதனப் பெட்டியின் மீது முதுகைச் சாய்த்தபடி குலுங்கிக் குலுங்கி அழுதுகொண்டிருந்தாள். பின்தொடர்ந்து வந்திருந்த அருண் அவளைச் சமாதானப்படுத்த முயன்றான். அவளது சிகையை வருடி, கன்னத்தைத் தடவி, கழுத்தில் முத்தமிட்டு அவளைத் தேற்ற முயன்றான். அவள் சப்தமிட்டு அழுதாள். அப்போது அருண் அவளது முலைகளைப் பற்றினான். அவள் திமிறி விடுவித்துக்கொண்டாள். மிக மோசமான வசைச் சொல் ஒன்றைச் சொல்லி அவனைச் சபித்துவிட்டுப் பக்கத்திலிருந்த ஒரு எவர் சில்வர் பாத்திரத்தை எடுத்து அவனைத் தாக்க முற்பட்டாள். அவன் தலையைக் குனிந்துகொண்டான். அவள் மற்றொரு பாத்திரத்தை எடுத்து அவன்மீது வீசினாள். இப்படித்தான் சமையல் கூடத்தின் ஒழுங்கு குலைந்தது. பிறகு உடலுறவின்போது அவள் தன் செயலுக்காக அவனிடம் வருத்தம் தெரிவித்தாள்.

பாத்திரங்களை அலசி அவற்றின் பழைய நிலையில் வைக்க அவளுக்கு நீண்ட நேரம் பிடிக்கவில்லை. தரையிலும் சுவரிலும் தெறித்திருந்த ரத்தத் துளிகளை அகற்றுவதற்கே அதிகம் சிரமப்பட வேண்டியிருந்தது. அவற்றை அடையாளம் காண்பது அகற்றுவதைவிடவும் சிரமமானதாயிருந்ததாக நினைத்தாள். உதாரணமாக மிக்சியின் ஒரு ஜாருக்குள் ஒரு அவுன்ஸ் ரத்தம் தேங்கியிருந்தது என்று சொன்னால் யாராவது நம்புவார்களா என்ன? ஆனால் அதற்கும் விஸ்வத்துக்கும் நேரடியான தொடர்பு இல்லை.

சாயந்திரம் ஆறு ஆறரை மணிக்கு அவள் கொஞ்சம் சட்னி அரைத்துவிட்டு ஜாரின் ஆழத்தில் பிளேடுக்குக் கீழே சிக்கிக்கிடந்த தேங்காய்த் துண்டொன்றை அகற்ற முற்பட்டுக் கொண்டிருந்தபோது பின்புறமிருந்து அவளைத் தாக்கிவிட்டான் விஸ்வம். கூந்தலைக் கொத்தாக வளைத்துக்கொண்டபோது அவளால் எதுவும் செய்ய முடியவில்லை. காயம் ஏற்படாதவாறு விரல்களை விடுவித்துக்கொள்ளவும் அவளால் முடியவில்லை. இது கண்டுபிடிக்கப்படுமானால் தொலைக்காட்சிகளுக்குக் கொண்டாட்டமாயிருக்கும். அவளைக் 'கணவனின் ரத்தத்தை மிக்சியில் அடித்துக் குடிக்கும் ரத்தக்காட்டேரி'யாகச் சித்தரித் திருப்பார்கள். மிக்சியைக் கழுவி அதை அதன் பழைய இடத்தில், பழைய நிலையில் வைத்தபோதுதான், தன் செயல் தொலைக் காட்சி நேயர்களுக்கு ஏற்படுத்தியிருக்கும் இழப்பைக் குறித்தும்

பிறகொரு இரவு

ஒருவேளை தான் கைதுசெய்யப்பட்டால் தன் வழக்கறிஞருக்குத் தன் சார்பில் தற்காப்பு வாதம் புரிவதற்கான ஒரு அரிய தடயத்தைத் தானே அழித்துவிட்டது குறித்தும் அவளால் யோசிக்க முடிந்திருந்தது.

பிறகு விஸ்வத்தின் உடல் கிடந்த அவர்களது படுக்கையறை. மிக மோசமாக உருக்குலைந்து கிடந்தது அதுதான். சிதறிக் கிடந்த பொருட்களில் முதலில் அவளுடையதும் அவனுடைதும் அருணுடையதுமான ரத்தம் தெறித்த உடைகளைப் பொறுக்கித் தனியாக ஒரு பாலிதீன் கவரில் சேகரித்துக்கொண்டாள். அதற்குப் பிறகு அறை ஒழுங்குபடுத்துவதற்கு அவ்வளவு கடினமானதாகத் தென்படவில்லை. இறைந்து கிடந்த புத்தகங் களை அடுக்கிவிட்டால் பிறகு விஸ்வத்தின் உடலை ஒழுங்கு படுத்துவது மட்டும்தான் எஞ்சியுள்ள ஒரே வேலையாயிருக்கும். புத்தகங்களைச் சிதறவிட்டது முட்டாள்தனம் என்று தோன்றியது.

பல புத்தகங்களில் ரத்தத் திட்டுகள். சில உபயோகிக்க முடியாத அளவுக்கு நனைந்து கிடந்தன. புத்தக அலமாரியைப் படுக்கைக்குப் பக்கத்தில் வைத்திருந்ததுதான் பெரிய தவறு. அவர்களிருவரையும் தாக்குவதற்குப் புத்தகங்களையே ஆயுதமாகப் பயன்படுத்துவதற்கு விஸ்வத்துக்கு வாய்ப்பை உருவாக்கிக் கொடுத்துவிட்டத் தவறு அது. தடித்த, பைண்ட் செய்யப்பட்ட புத்தகங்கள் அவனுடைய நோக்கத்துக்கு நன்றாக ஒத்துழைத்தன. அவனுக்கு அந்த அலமாரியின் மீது தீராத வன்மம் இருந்தது. ஒருமுறை அவள் வீட்டிலில்லாதபோது அவற்றில் பெரும் பாலானவற்றைப் பழைய புத்தகக்காரனிடம் எடைக்குப் போட்டு விட்டான். அவற்றைப் படித்துப் படித்து அவள் கெட்டுப்போய் விட்டாள் என்பது அவனுடைய தீர்மானம். அதற்காக நடந்த சண்டையில் அவள், அவனை மிக மோசமாக அவமானப்படுத்தி யிருந்தாள். சமாதானத் தூதுவராக வந்திருந்த அவனுடைய மேலாளர் அவன் செய்த காரியத்தை மிகக் கடுமையாக விமர்சித்ததோடு அதற்காக அவளிடம் மன்னிப்புக் கேட்கவும் வைத்தான்.

பிறகு அவள் அந்தப் புத்தகங்களைத் தேடி நகரிலிருந்த பழைய புத்தகக் கடைகளுக்கு அலைந்தாள். சிலவற்றை மறுபடியும் புதிதாக வாங்கிக்கொள்ள முடிந்தது என்றாலும் பல மறுபதிப்புக் காணாதவை. இரண்டு மாதங்களுக்குப் பிறகு மயிலாப்பூர் பிளாட் பாரத்தில் உள்ள பழைய புத்தகக் கடையில் அவை தோன்றியிருந்தன. புத்தக வியாபாரியிடம் அவை தன்னுடைய புத்தகங்கள் என்பதையும் அவை எப்படி அவனுடைய கடைக்கு வந்து சேர்ந்தன என்பதையும் ஒரு கதைபோல விவரித்தாள். அவன் அவளுக்காகப் பரிதாபப்பட்டாலும் புத்தகங்களைத் தர மறுத்து விட்டான். அவை பல கைகள் மாறித் தன்னை

வந்து சேர்ந்திருப்பதாகவும் ஒவ்வொன்றுக்கும் ஒரு நியாயமான விலை நிர்ணயித்திருப்பதாகவும் சொன்னவன், நிர்ணயிக்கப் பட்ட விலையில் பத்து சதவீதத்தை அவளுக்காகக் குறைத்துக் கொள்ளவும் சம்மதித்தான்.

மறுபேச்சுப் பேசாமல் அவன் கேட்ட தொகையைக் கொடுத்துவிட்டு எல்லாவற்றையும் ஒரு ஆட்டோவில் அள்ளிப் போட்டுக்கொண்டு வந்துசேர்ந்தாள். இப்போது அவற்றில் பலவற்றை எரிக்க வேண்டியிருக்கும். அல்லது அவர்களுடைய திட்டப்படி ரத்தம் தோய்ந்த பல பொருட்களோடு அவற்றையும் சேர்த்துக் கூவத்தில் கொட்ட வேண்டியிருக்கும்.

உடைகளையும் புத்தகங்களையும் அப்புறப்படுத்தித் தனித் தனிப் பாலிதீன் கவர்களில் கட்டி வைத்த பின் அறையைப் பார்த்தபோது கிட்டத்தட்ட ஒழுங்காக இருந்தது. தண்ணீர் பாட்டில்கள், காஸ்மட்டிக் டப்பாக்கள், முகம் பார்க்கும் கண்ணாடி – கீழே விழுந்ததில் அது உடைந்திருந்தது, நல்ல வேளையாகப் பிரேமுக்கு வெளியே சிதறவில்லை – அயர்ன் பாக்ஸ், தொலைக்காட்சிப் பெட்டியின் ரிமோட் கருவி, அதன் மேல் வைக்கப்பட்டிருந்த குரங்குப் பொம்மை போன்றவை ஆங்காங்கே சிதறிக்கிடந்தன. அவற்றில் எதுவுமே திரும்ப உபயோகப்படுத்தப்படும் நிலையில் இல்லாததால் எல்லா வற்றையும் பாலிதீன் கவருக்குள் போட்டுவிட்டாள். இனிப் படுக்கையும் அதன்மேல் கிடக்கும் விஸ்வத்தின் உடலும் மட்டுமே எஞ்சியிருந்தவை. அவனை அப்புறப்படுத்திய பின் கையோடு படுக்கை விரிப்புகளையும் அப்புறப்படுத்திவிடலாம். ஆனால் அவனது உடலை அப்புறப்படுத்தப்படும்வரை அப்படியே கிடக்கும்படி விட்டுவிடுவதா என அவள் தன்னைத் தானே கேட்டுக்கொண்டாள். அவளுக்குக் குழப்பமாக இருந்தது. அருணுடன் வரும் ஆட்கள் விஸ்வத்தை அங்கிருந்து எப்படி ரகசியமாக அப்புறப்படுத்தி எங்கே கொண்டுபோய் என்ன செய்யப்போகிறார்கள் என்பது பற்றி அவளுக்கு எந்த அனு மானமும் இல்லை.

அருண் எல்லாவற்றையும் திட்டமிட்டிருப்பான் என்பதில் சந்தேகமில்லை. முந்தைய இரவு வந்த பொழுது சில கோணிப் பைகளையும் பாலிதீன் கவர்களையும் கொண்டுவந்திருந்தான். பல மீட்டர் நீளம்கொண்ட நைலான் கயிற்றுச் சுருள் ஒன்றுடன் கூர்மையான கத்திகள் வைக்கப்பட்டிருந்த ஒரு ப்ரீப் கேஸூம் இருந்தது. முதலில் அதில் மது பாட்டில்கள் இருக்கும் என நினைத்தாள். தங்களுடைய திட்டத்தை தடுமாற்றமில்லாமல் செயல்படுத்துவதற்கு மதுவின் துணை அவசியம் என அவன் கருதுவது இயல்பானதுதான் இல்லையா? விஸ்வத்தைக் கொல் வதற்குக் கத்தியைப் பயன்படுத்தப்போகிறோமா என்று கேட்ட

தற்குத் தலையாட்டி மறுத்தான். பிறகு அவள் ஒன்றும் கேட்கவில்லை.

எது எப்படி நடப்பதாயிருந்தாலும் இந்த அறையை அப்படியே விட்டுவிடுவது அநாகரிகமானது என நினைத்தாள். சற்றுச் சிரமமெடுத்துக்கொண்டு செயல்பட்டால் ரத்தம் தோய்ந்த படுக்கை விரிப்பையும்கூட மாற்றிவிட முடியும். அவகாசமிருந்தால் உடலைக்கூடத் துடைத்துச் சுத்தமாக்கிவிடலாம். வருபவர்கள் பதற்றமில்லாமல் விரைவாகக் காரியங்களை முடித்துக் கொண்டு புறப்படுவதற்குச் சௌகரியமாக இருக்கும். தனியொரு ஆளாக அதைச் செய்வதற்குத் தைரியத்தைவிட ஒரு பொறியாளருக்குரிய நுட்பம் அவசியமென நினைத்தாள். தாகமாக இருந்தது. குளிர்பதனப் பெட்டியிலிருந்து எலுமிச்சைச் சாறுள்ள ஒரு பாட்டிலையும் ஒரு கண்ணாடித் தம்ளரையும் எடுத்துக்கொண்டு வந்து கட்டிலில் உட்கார்ந்து கொண்டாள்.

அவனது உடலிலிருந்து அருவருப்பூட்டும் நெடி வீசத் தொடங்கியிருந்தது. ரத்தத்தின் நெடியல்ல, கிழிந்த குடலிலிருந்து வெளியேறிய மலத்தின் நெடி. பாட்டிலை எடுத்துக்கொண்டு துப்புரவாக்கப்பட்ட சமையல் கூடத்திற்கு வந்து அங்கிருந்த பாலிமர் நாற்காலியில் அமர்ந்தபடி எலுமிச்சைச் சாற்றை இரண்டே மடக்குகளில் குடித்துத் தீர்த்தாள். பிறகு டவல் ஒன்றினால் நாசித்துவாரங்களையும் வாயையும் மூடி இறுகக் கட்டிக்கொண்டாள். டாய்லெட்டிலிருந்த டெட்டால் பாட்டிலையும் பினாயில் பாட்டிலையும் எடுத்துக் கொண்டு கட்டிலுக்குத் திரும்பினாள்.

அவனது உடல் விறைத்திருந்தது. நீண்டு கிடந்த கை கால்களை மடக்க முடியவில்லை. எவ்வளவோ முயன்றும் கூடக் கழுத்தை நேராகத் திருப்ப முடியவில்லை. பிறகு அதைப் பற்றிக் கவலைப்படாமல் ஒரு டவலைக்கொண்டு டெட்டால் கலந்த தண்ணீரால் உடல் முழுவதையும் துடைத்துச் சுத்தம் செய்தாள். வயிற்றிலும் பின் கழுத்திலும் மண்டையிலும் ஏற்பட்டிருந்த காயங்களிலிருந்து இன்னும் ரத்தம் கசிந்துகொண்டிருந்தது. முதலில் அதை நிறுத்த வேண்டும் என நினைத்தாள். ஸ்டோர் ரூமில் நீண்ட நாட்களாகப் பயன்படுத்தப்படாமல் ஒரு முதலுதவிப் பெட்டி இருந்தது நல்ல வேளையாக அப்போது அவளது நினைவுக்கு வந்தது. அதிகச் சேதாரமடையாத நிலையில் பத்து மீட்டர் நீளமுள்ள காஸ் பீஸூம் காட்டனும் டிங்சர் அயோடினும் பாண்ட் எய்டுகளும் அதற்குள் இருந்தன. அவை போதுமானவை அல்ல என்பது நிச்சயமாகத் தெரிந்ததால் அவள் தன் காட்டன் புடவை ஒன்றைத் துண்டுகளாகக் கிழித்துக் கொண்டாள். முன்யோசனையுடன் அருண் வாங்கி வந்திருந்த யூடிகோலன் டின்களை எடுத்துக் கொண்டாள்.

மருத்துவ உதவிகளுக்கான தொண்டு நிறுவனம் ஒன்றுடன் சில காலம் தொடர்பு வைத்திருந்ததால் அதிலிருந்து பெற்ற அனுபவம் அப்போது அவளுக்குக் கைகொடுத்தது. காயங்களைக் கழுவி அவற்றுக்குள் காட்டன் புடவையின் துண்டுகளை ரத்தக் கசிவு நிற்கும்வரை திணித்துக் காஸ் பீஸையும் பாண்ட் எய்டுகளையும் கொண்டு மிகத் திருத்தமாகக் கட்டினாள். பிறகு ஒவ்வொன்றின் மீதும் யூடிகோலனை அடித்ததும் ரத்தத்தின் வீச்சம் ஓரளவுக்குத் தணிந்தது. கடைசியாக ரூம் பிரஷ்னரைக் கொண்டு அறையை நறுமணத்தால் கமழச் செய்தாள்.

பிறகு அவளுக்கு அற்புதமான ஒரு யோசனை தோன்றியது.

வரவேற்பறையிலிருந்த பிளாஸ்டிக் பூஜாடிகளில் சில வற்றைக் கொண்டுவந்து அந்த அறையின் மிகப் பொருத்தமான இடங்களில் வைத்தாள். ஷோ கேஸிலிருந்த புத்தம் புதிதான இரண்டு நாய் பொம்மைகளைத் தொலைக்காட்சிப் பெட்டியின் உச்சியில் எதிரெதிராக நிற்கச் செய்தவுடன் அவர்களுடைய அந்த வீடு அப்போதைய உருக்குலைவுகளிலிருந்து முற்றிலுமாக மீண்டெழுந்து தன் பழைய பொலிவைப் பெற்றுக்கொண்டு விட்டதாக அவளுக்குத் தோன்றியது. அது குறித்துப் பெருமிதம் கொள்ளவுங்கூட அவளால் முடிந்திருந்தது. பிறகு அவள் நன்கு திட்டமிடப்பட்ட ஒரு காரியத்தைச் செய்வதுபோல அவர்களது துணிமணிகள் வைக்கப்பட்டிருந்த கப் போர்டைத் திறந்து, அதிலிருந்து அவனுக்கு மிகப் பொருத்தமானது எனத் தான் கருதியிருந்த ஆடைகளில் ஒரு ஜதையைத் தேர்ந்தெடுத்தாள். அவனுடைய உடலின் விறைப்பு இப்போது தளரத் தொடங்கி யிருந்ததால் அவற்றை அணிவிப்பது அவளுக்கு அவ்வளவு சிரமமாக இருக்கவில்லை. தாறுமாறாகக் கலைந்து கிடந்த கேசக் கற்றைகளை ஒழுங்குபடுத்திப் படிய வாரிவிட்டாள். இருளடர்ந்து சுண்டிக்கிடந்த முகத்துக்குக் கிரீம் தடவிப் பவுடரை அடர்த்தியாகப் பூசி, தூங்கும்போது கைகளை அவன் எப்படி மடக்கி வைத்திருப்பானோ அப்படி – இடது கையை வயிற்றின் மீது குறுக்காக வைத்தும் வலது கையை மடக்கித் தலைக்கு அடியில் முட்டுக்கொடுத்தும் – படுக்கச் செய்தாள். இது போன்ற தருணங்களில் வழக்கமாக முணுமுணுத்துக்கொள்வதைப் போல "குழந்தைதான்" என முணுமுணுத்துக் கொள்ளவுங்கூட அவள் தவறவில்லை. கட்டிலிலிருந்து இறங்கி அரையடி தள்ளி நின்று பார்த்தபோது அவளுக்குத் தன் செயல் குறித்து மிகுந்த திருப்தி உண்டாயிற்று.

இப்போது, குறைந்தபட்சம் இந்த நொடிகளில் அவனைப் பார்க்க நேரும் எவரும் அவன் ஆழ்ந்து தூங்கிக்கொண்டிருப்ப தாகவே கருதுவார்கள் என அவள் கற்பனை செய்துகொண்டாள். அவன் முன்னெப்போதையும்விட அழகாகத் தோற்றமளிப்பதாக

பிறகொரு இரவு ✖ 133 ✖

அவளுக்குத் தோன்றியது. யூடிகோலனின் வாசனை நிரம்பிய அந்த அறை முதலிரவுக்காகத் தயார்செய்யப்பட்ட ஒன்றின் நேர்த்தியுடன் மிக அழகாகத் தென்பட்டது. ரத்த நெடி வீசும் உடலுடன் தான் மட்டுமே அந்த இடத்தில் பொருத்தமற்று, அலங்கோலமாக நின்றுகொண்டிருப்பதாக உணர்ந்தாள். பிறகு குளித்து, உடைமாற்றிக்கொள்வதற்கு அவள் கொஞ்சம்கூட யோசிக்கவில்லை. விஸ்வத்துக்கு மிகப் பிடித்தமான, அடர் நீலப் பின்னணியில் சூரிய காந்திப் பூக்கள் மலர்ந்து கிடக்கும் சேலையொன்றைத் தேர்ந்தெடுத்துக்கொண்டாள். குளியலறை யிலிருந்து வெறும் டவலைச் சுற்றியபடி திரும்பியிருந்தவளுக்கு உடை மாற்றிக்கொள்ளும் தருணத்தில் சிறிதளவு வெட்கப் படவுங்கூட முடிந்திருந்தது. மிக மிக மென்மையான அசைவு களுடன் சிற்றடியெடுத்து நடந்து கட்டிலை அடைந்தபோது நம்ப முடியாதபடி அவளது கன்னக் கதுப்புகள் சிவந்துபோய் விட்டன. நீண்டு கிடந்த அவனது தொடையொன்றின் மீது முதுகைச் சாய்த்து உட்கார்ந்துகொண்டு மயிரடர்ந்த மார்பில் விரல்களை அலையவிட்டபடி கண்ணிமைக்காமல் அவனைப் பார்த்துக்கொண்டிருந்தாள். ஆழ்ந்த தூக்கத்திலிருந்து அவன் விழித்தெழும் தருணங்கள் பலவற்றின்போது இதே இடத்தில் இதேவிதமாக உட்கார்ந்தபடி இப்படிப் பார்த்துக்கொண்டிருக்கும் தன் வழக்கத்தை அவள் அப்போது நினைவுபடுத்திக் கொண் டாள். அவனது நாசித் துவாரங்களிலிருந்து செம்மஞ்சள் நிறத்தில் ஒரு திரவம் கசிந்து வருவதைக் கண்டு திடுக்கிட்டுப் போகும்வரை அவளது அந்த நிலை நீடித்துக்கொண்டிருந்தது. பிறகு மிகப் பதற்றம் கொண்டவளாக முதலுதவிப் பெட்டியில் எஞ்சியிருந்த சிறிதளவு காட்டனைச் சிறு உருண்டைகளாக உருட்டி அவனது நாசித் துவாரங்களை அடைத்தாள்.

ஆக இந்த உடல் கெட்டுப்போய்க்கொண்டிருக்கிறது; உள்ளுக்குள் அழுகிக்கொண்டிருக்கிறது. என்ன ஆனான் இந்த அருண்? எவ்வளவு சீக்கிரம் முடியுமோ அவ்வளவு சீக்கிரம் திரும்பிவிடுவதாக வாக்களித்து விட்டுச் சென்றிருக்கும் அவளுடைய ரகசியக் காதலன் எங்கே? ஒருவேளை அவனால் திரும்பவர முடியாமல் போய்விட்டால்? விடைபெறும் தருணத் தில் அவன் தந்துசென்ற முத்தம் கடைசியானதாக இருந்து விட்டால்? உருக்குலைந்த அந்த வீட்டினுள் அழுகிக் கொண் டிருக்கும் இவ்வுடலோடு நிராதரவின் வெம்மைக்குள் அவளைத் தவிக்கவிட்டுவிட்டு அவன் மட்டும் தப்பிச் சென்றிருந்தால்? அவள் நிலைகுலைய இது போதுமானதாயிருந்தது. அவள் பதற்றமுற்றாள். தன்னுடல் திடீரென சுயக் கட்டுப்பாட்டை இழந்து நடுங்குவதை உணர்ந்தாள். சரிந்துவிடுவோமோ எனப் பயந்து ஒரு பற்றுக்கோடாக விஸ்வத்தின் கையொன்றைப் பற்றிக்கொண்டாள். கெட்டுப்போய், அப்புறப்படுத்துவதற்கான

தேவிபாரதி

ஆட்களை எதிர்பார்த்துக் கிடக்கும் ஒரு பிரேதத்தின் கையை. ஆனால் நம்ப முடியாதவகையில் அது அவளுக்கு ஆறுதலளித்தது. அருண் விடைபெற்றுக்கொண்டு போய்ச் சில நிமிடங்களே கழிந்திருக்க வேண்டுமென நினைத்தாள். பார்க்கப்போனால் அவனால் இன்னும் புறநகரைச் சென்றடைந்திருக்க முடியாது. உரிய ஆட்களைத் தொடர்புகொள்வதுங்கூட அவனே சொன்னதுபோல் அவ்வளவு சுலபமானதாயிருக்க முடியும் எனத் தோன்றவில்லை. அவளுக்குள் பதற்றத்தை மூளச்செய்தது காலத்தைக் குழப்பும் பழுதுபட்ட இக்கடிகாரமாகவே இருக்க வேண்டும். பசியும் உறக்கமின்மையும் மற்ற காரணங்கள். மிகக் களைத்துப்போயிருப்பதால்தான் தனக்கு இது போன்ற பயங்கர மான கற்பனைகள் தோன்றுவதாக நினைத்தாள்.

கொஞ்சம் பழச்சாறு அல்லது தேநீர் பருகுவதன் மூலம் இத்தகைய பலவீனங்களிலிருந்தும் பதற்றத்திலிருந்தும் விடுபட முடியும் என நினைத்தாள். ஏதாவது இருக்குமா என்பது சந்தேகம்தான் என நினைத்துக் குளிர்சாதனப் பெட்டியைத் திறந்தவளுக்குப் பெரிய ஆச்சரியம் காத்திருந்தது. உருக்குலைவின் சிறு அடையாளமுமின்றி மிக ஒழுங்காகத் தென்பட்ட அதன் அடுக்குகளுக்குள் இன்னும் திறக்கப்பட்டிருக்காத ஒரு பாட்டிலில் ததும்பத் ததும்ப நிறைந்திருந்தது அவளுக்குப் புத்துணர்வூட்டவல்ல எலுமிச்சைச் சாறு.

எனினும் எச்சரிக்கையாக இருக்க வேண்டியது அவசியம். இறந்த காலத்தின் பயனற்ற கற்பனைகளுக்கு மனத்தைப் பறிகொடுத்து நேரத்தை வீணடித்துக் கொண்டிராமல் சாத்திய மான மாற்று வழிகளைக் குறித்துச் சிந்திக்க வேண்டிய நிர்பந்தம் தன்னைச் சூழத் தொடங்கியிருப்பதாக நினைத்தாள். அழுகத் தொடங்கியிருக்கும் இச்சடலத்தை அவள் தன்னந்தனி ஆளாக அருண் கொண்டுவந்து வைத்திருக்கும் ப்ரீப் கேஸிலுள்ள கத்திகளின் உதவியோடு துண்டுகளாக வெட்டி, பாலிதீன் பைகளிலும் சாக்குகளிலும் அடைத்து ஒரு வாடகைக் காரைப் பிடித்து ஓட்டுனரின் உதவியோடு அங்கொன்றும் இங்கொன்று மாய் வீசிவிட்டு வர வேண்டி நேர்ந்தால்? அல்லது ஒரு நோயாளியைக் கொண்டுபோவதுபோல விஸ்வத்தை ஆம்புலன் சில் ஏற்றித் தொலைவிடமொன்றுக்குக் கொண்டுசென்று பெட்ரோல் ஊற்றி எரித்துப்போட்டு விட்டும் திரும்பலாம். இதற்கெல்லாம் சம்மதிக்கிற, ரகசியங்களைக் காப்பாற்றுகிற ஒரு டாக்சி அல்லது ஆம்புலன்ஸ் ஓட்டுநரைக் கண்டுபிடிப்பது அவ்வளவு எளிய காரியமாக இருக்கும் என அந்தப் பதற்றமான நிலையிலும்கூட அவளால் நம்ப முடியவில்லை. எல்லாவற்றை யும் அவையவற்றின் இடங்களில் அப்படியப்படியே தற்போதைய உருக்குலைவுகளோடும் துர்நாற்றத்தோடும் விட்டுவிட்டுப்

பிடிபடுவதற்குச் சாத்தியமான எல்லைகளைக் கடந்து தப்பி விடலாமா எனவும் யோசித்தாள்.

அல்லது ஒரு கதை சொல்லலாம். எல்லோராலும் நம்பத் தகுந்த, நிகழ்காலத்தின் மிகப் பொதுவான கதை.

தனித்திருக்கும் அவர்களுடைய வீட்டை நள்ளிரவில் சில கொள்ளைக்காரர்கள் முற்றுகையிட்டுவிடுகிறார்கள்; நகை களையும் பணத்தையும் கொள்ளையடிக்க முற்படுகிறார்கள்; தடுக்கவும் கூச்சலிடவும் முயன்ற தம்பதிகளைச் சுத்தியல் முதலான பயங்கரமான ஆயுதங்களால் தாக்குகிறார்கள். கணவனின் கபாலம் பிளந்துவிடுகிறது. எங்கும் ஒரே ரத்த வெள்ளம். அங்குமிங்குமாக ஓடித் தற்காத்துக்கொள்வதற்காக அவள் நடத்திய போராட்டத்தில் அவர்களுடைய படுக்கை யறையும் சமையலறையும் உருக்குலைந்து விடுகின்றன. தடிமனான புத்தகங்களையும் கனமான பாத்திரங்களையும் விட்டெறிந்துங்கூட அவளால் அவர்களில் யாருக்கும் எந்தக் காயத்தையும் ஏற்படுத்த முடியவில்லை. அவர்களில் ஒருவன் அல்லது வந்திருந்த எல்லோருமே – மூன்று அல்லது நான்கு பேர் – அவளைப் பாலியல் பலாத்காரத்திற்குள்ளாக்குகிறார் கள் என வைத்துக்கொண்டால்? வேண்டாம், அவர்களில் ஒருவன் மட்டும் அவளைச் சமையலறைக்கு இழுத்துச் சென்று அங்கே வைத்துப் பலாத்காரம் செய்துவிடுகிறான். அல்லது வெறுமனே தாக்கிக் கொள்ளையடித்துக்கொண்டு போய்விடு கிறார்கள் என்பதேகூடப் போதுமானது. பிறகு அவள் மயங்கிச் சரிகிறாள். காலையில்தான் அவளுக்கு நினைவு திரும்புகிறது. தன் கணவனைப் பார்ப்பதற்காகப் படுக்கையறைக்குள் போகிறாள். கட்டிலில் ரத்தத்தால் நனைந்து உருக்குலைந்து கிடக்கிறது விஸ்வத்தின் விறைத்த உடல்.

இந்தக் கதை பொருத்தமானதாகவும் நம்பும்படியானதாகவும் இருக்குமா என்பதை அவளால் தீர்மானிக்க முடியவில்லை. பாட்டிலிலிருந்த பழச்சாறு முழுவதையும் உறிஞ்சித் தீர்த்த பிறகுங்கூட உடலின் வெப்பம் அதிகரித்துக்கொண்டே போவதைக் குறித்து அவள் ஆச்சரியமடைந்தாள். இது போன்ற நெருக்கடியான தருணங்களின்போது மற்ற ஒவ்வொருவரும் செய்ய விரும்புவதைப் போலவே 'குறுக்கும் நெடுக்கு'மாக நடக்க அவள் விரும்பினாள். சமையலறை, வரவேற்பறை பிறகு விசாலமான அவர்களுடைய படுக்கையறை எனப் போது மான இட வசதி அந்த வீட்டில் இருந்ததால் முற்றாகக் களைத்துப் போகும்வரை அவளால் அப்படி நடந்துகொண் டிருக்க முடிந்தது.

பிறகு திடீரென ஞாபகம்வந்ததுபோல பழுதுபட்ட அந்தக் கடிகாரத்தைப் பார்த்தாள். நேரம் ஓடிக்கொண்டிருந்தது, தலை

கீழாக. சீரான வேகத்தில் பின்னோக்கி நகர்ந்துகொண்டிருக்கிறது காலம். பதின்மூன்றிலிருந்து பனிரெண்டுக்கு, பனிரெண்டிலிருந்து பதினொன்றுக்கு, பிறகு பத்துக்கு, எட்டுக்கு, ஏழுக்கு, ஆறுக்கு, ஐந்துக்கு, நான்குக்கு, மூன்றுக்கு, இரண்டுக்கு, ஒன்றுக்கு. ஒன்றிலிருந்து கடைசியில் ஒன்றுமில்லாததற்கு.

அவள் திடுக்கிட்டுப்போனாள். உடலின் வெப்பம் தாள முடியாத அளவுக்கு அதிகரித்துக்கொண்டே போயிற்று. பழச் சாற்றில் கொஞ்சம் மிச்சம் வைத்திருக்கலாம் எனத் தோன்றியது. முன்யோசனையின்றி எல்லாவற்றையும் ஒரேயடியாகக் காலி செய்ததற்காகத் தன்னைக் கடிந்துகொண்டாள். வேறு ஏதாவது இருக்கிறதா எனப் பார்ப்பதற்காகக் குளிர்சாதனப் பெட்டியைத் திறந்தவள் அதனுள் பழச்சாறு நிரம்பிய புத்தம் புதிதான மற்றுமொரு பாட்டிலைக் கண்டு தாள முடியாத அதிர்ச்சிக் குள்ளானாள். 'கடவுளே' என வாய்விட்டுக் கத்தியபடி கதவை அறைந்து சாத்திவிட்டுப் பீதியுடன் அதன் மேல் கவிழ்ந்தாள். நான்கடி உயரமேயுடைய அந்தக் குளிர்சாதனப் பெட்டி உள்ளுக்குள் நடுங்கிக்கொண்டிருந்தது. முனகலையொத்த சிறுசிறு சத்தங்கள் அதனுள்ளிருந்து கசிந்து கொண்டிருந்தன. நம்ப முடியாத, அசாதாரணமான, மர்மமான ஒரு சூழலுக்குள் தான் தள்ளப்பட்டுக் கொண்டிருப்பதாக நினைத்தாள். திடீரென அந்த அறையினுள் ஒருவித நறுமணம் பரவிக்கொண்டிருப்பதாகத் தோன்றியது அவளுக்கு. எங்கிருந்து பரவும் எதனின் வாசனை இது?

காற்றை ஆழமாக உள்ளிழுத்து அந்த வாசனையை இனம் காண முயன்றாள்.

அடக்கடவுளே, இது அவர்கள் நீண்ட காலமாகப் பயன் படுத்திவரும் ரூம் பிரஷ்னரின் வாசனை அல்லவா? அதை எப்படித் தன்னால் இனம் கண்டுகொள்ள முடியாமல்போனது என அவள் ஆச்சரியப்பட்டாள். ஆனால் ஒரு வகையில் அது ஆச்சரியமானதுமல்ல. கொஞ்சம் மிகையாகப் பிரயோகித்து விட்டிருந்ததால் வேறுவிதமாகத் தென்படுகிறது. ஆனால் அந்த வீடு முன்னெப்போதையும்விடப் பரிசுத்தமாக இருந்ததைக் கண்டு அவள் உற்சாகமடைந்தாள். பரிசுத்தமாக, புத்தம்புதிதாக. பாத்திரங்கள் மிக ஒழுங்காகவும் நேர்த்தியாகவும் அடுக்கிவைக்கப் பட்டிருந்தன. தரை, சுவர்கள், ரேக்குகள், திண்டுகள் என அறையின் எல்லா இண்டு இடுக்குகளும் அப்போதுதான் கட்டி முடிக்கப்பட்டு உபயோகத்துக்காகத் திறந்து வைக்கப் பட்டதைப் போலப் பளபளவென்றிருந்தன. பிறகு அவள் பரிசுத்தமாகக் காட்சியளித்த வரவேற்பறைக்கும் அதைவிடவும் பரிசுத்தமாகக் காட்சியளித்த படுக்கையறைக்கும் வந்தாள்.

புத்தம் புதிதானதாகத் தோன்றினாலும் வரவேற்பறையில் சில நுட்பமான ஒழுங்கீனங்கள் தென்பட்டன. அங்கிருந்த பூஜாடிகளைக் காணவில்லை. சோபாவின் மேல் கசங்கிய நிலையில் தாறுமாறாகக் கிடந்தது ஒரு தலையணை. அவளுடைய ஒரு உள்ளாடை மிக ஆபாசமான முறையில் அங்கிருந்த பாலிமர் சேரின் கைப்பிடியில் தொங்கிக்கொண்டிருந்ததைப் பார்த்துத் திடுக்கிட்டுப் போனவள் அதை எடுத்து அழுக்குக் கூடையில் விட்டெறிந்தாள். தலையணையை அதன் கசங்கலைச் சரிசெய்து எடுத்துக்கொண்டு படுக்கையறையினுள் நுழைந்த வுடன் அவளுடைய கண்களுக்கு முதலில் தென்பட்டவை வரவேற்பறையிலிருந்து காணாமல் போயிருந்த பூஜாடிகள் தாம். 'ஆமாம், மறந்தே போய்விட்டது' என முணுமுணுத்துக் கொண்டாள். படுக்கையறையில் வீசிய யூடிகோலன் நெடி குமட்டிற்று. யூடிகோலனின் நெடியும் டெட்டாலின் நெடியும். இன்னும் சிறிதளவு ரூம் பிரஷ்னரைத் தெளித்தால் சரியாகி விடும் எனத் தனக்குத்தானே சொல்லிக்கொள்வதுபோல முணு முணுத்தபடி அதைத் தேடினாள். வழக்கமாகத் தென்படும் கப்போர்டில் இல்லாமல் புத்தக அலமாரியின் ஒரு விளிம்பில் கிடந்தது அது. இந்த ஒழுங்கீனம் பெருமைப்பட்டுக்கொள்ளத் தக்கதல்ல எனச் சொல்லிக்கொண்டாள். அதை எடுப்பதற்காகப் படுக்கையின் மீது மண்டியிட்டபோது குறுக்காகக் கிடந்த விஸ்வத்தைத் தொந்தரவுசெய்ய வேண்டியதாயிற்று. 'இன்னுமா எழுந்திருக்கவில்லை, மணி என்னாகிறது தெரியுமா விஸ்வம்?' எனக் கேட்டுக் கொண்டே கடிகாரத்தைப் பார்த்தாள். எதிர்த் திசையில் தலைகீழாகச் சுழன்றுகொண்டிருந்த கடிகாரத்தை!

ஆனால் பழுதுபட்ட அந்தக் கடிகாரம்தான் நிகழ்காலத்தை, அதன் நெருக்கடியான நொடிகளை அவளுக்கு நினைவூட்ட உதவியது எனச் சொல்வது ஒரு அபத்தமான கூற்றாகவே இருக்கும். நாற்ற மெடுக்கத் தொடங்கியிருந்த விஸ்வத்தின் உடலையும் யூடிகோலனின் வாசனை மிதந்துகொண்டிருக்கும் மிக நேர்த்தியான அறையையும் காலத்தை எதிர்த்திசைக்கு நகர்த்திச் சென்றுகொண்டிருந்த அந்தக் கடிகாரத்தையும் மாறி மாறிப் பார்த்துக்கொண்டிருந்தவள் தன்னால் இனி ஒருபோதும் கடந்த காலத்துக்குத் திரும்பிச் சென்றுவிட முடியாது என்பதைத் திட்டவட்டமாக உணர்ந்தாள். அருண் தான் வாக்களித்தது போல் ஆட்களை அழைத்துக்கொண்டு திரும்பவும் வந்து விடுவான் என இனியும் நம்புவது பேதமையைத் தவிர வேறல்ல. அவள் கற்பனைசெய்து வைத்திருக்கும் 'கதை'யைச் சொல்வதற்கு இனி எந்த வாய்ப்புமில்லை. எல்லாவற்றையும் முட்டாள்தனமாக அவளே உருக்குலைத்து வைத்திருக்கிறாள். புதிதாகத் திட்ட மிடுவதற்கோ நடைமுறைப்படுத்துவதற்கோ எந்த அவகாசமுமற்ற நிலையில் நாளையின் முன் சரணடைவதைத் தவிர அவளுக்கு

வேறு வழியில்லை. காலத்தின் மீதான கட்டுப்பாட்டை முற்றாக இழந்து நிற்கிறாள் அந்த பௌதீக மாணவி.

இன்னும் ஓரிரு மணி நேரங்களுக்குள், அதாவது பழுது பட்ட கடிகாரத்தின் சிவப்பு நிற முனையுடைய மிக மெலிந்த நொடி முள் நூற்றியிருபது முறை தலைகீழாகச் சுற்றி முடிப் பதற்குள் 'நாளை'யின் கணக்கு தொடங்கிவிடும். சடலம் அழுகத் தொடங்கிவிடும்; நாற்றமெடுக்கத்தொடங்கிவிடும். கணவனைக் கொன்று அவனது பிரேதத்தை அலங்கரித்துப் பாதுகாத்துக் கொண்டிருந்த வினோத மனைவிக்குக் காத்திருக்கிறது கை விலங்கு. தொடர்ந்துவரும் ஏதோ ஒரு 'நாளை' அவளது வாழ்வின் கணக்கை முடித்து வைத்துவிடும். அவளை ஒன்று மில்லாதவளாக்கிவிடும். அவளுடைய நாளை ஒன்றுமில்லாதது, ஒளியற்றது, நம்பிக்கையற்றது. பார்க்கப்போனால் அவளுக்கு இனி நாளைகளே இல்லை. இருப்பது நேற்றுகள் மட்டுமே. நேற்றும், முன்தினமும் அதற்கு முந்தைய முப்பத்தியொரு வருடங்களும். ஒருவேளை காலமே பின்னோக்கி நேற்றைத் தேடிச் சுழன்று செல்கிறதோ? பழுதுபட்ட கடிகார முட்கள் காலத்தையும் பின்னகர்த்திச் சுழன்றுகொண்டிருக்கின்றன வோ? ஒரு புள்ளியில் பிரபஞ்சத்தின் இயங்குவிதியே தலை கீழாக மாறிவிட்டதோ?

இது மட்டும் ரகசியக் காதலனோடு சேர்ந்து தன் கணவனைக் கொன்று, அவனது பிரேதத்தை அப்புறப்படுத்து வதற்கும் வழி தெரியாமல், வாக்களித்துச் சென்றிருக்கும் காதல னாலும் கைவிடப்பட்ட ஒரு பௌதீக மாணவியின் அதீதக் கற்பனையாக இல்லாதிருக்குமானால் . . .!

அப்படியானால் வாழ்க்கை நாளையை நோக்கியல்லாமல் நேற்றை நோக்கித் திரும்பிச் செல்லப் போகிறது. நேற்றிலிருந்து நேற்று முன்தினத்துக்கும் பிறகு அதற்கு முந்தைய நேற்றுகளுக்கும். நாளை என்பது இனி அவளுக்கு இல்லை. எந்த உயிருக்குமில்லை. இருப்பவை நேற்றுகள் மட்டுமே. நேற்றென்ன நடந்ததோ அதுதான் 'நாளை' நடக்கப்போவதுமாயிருக்கும். நாளைய மறுநாளின் வாழ்வென்பது நேற்று முன்தினத்தின் வாழ்வு. இப்படி நாட்களும் மாதங்களும் வருடங்களும் யுகங்களுமாக மனித குலச் சரித்திரம் பின்னோக்கிப் பயணப்படப்போகிறது.

இறந்த காலத்தை நோக்கித் தலைகீழாகப் பயணம் மேற் கொண்டிருக்கும் காலத்தின் பழுதுபட்ட கதியை எப்படி எதிர்கொள்ளப்போகிறான் மனிதன்? கைவிடப்பட்ட பாதை களின் வழியே திரும்பிச் செல்வதில் என்ன சுவாரஸ்யம் இருந்துவிடப் போகிறது அவனுக்கு? பயணம் என அதை அழைக்க முடியுமா? நிகழ்ந்து முடிந்துவிட்டவை ஒவ்வொன்றும்

தலைகீழான வரிசைக்கிரமத்தில் திரும்பவும் நிகழுமென்றால்? அப்படியானால் 'எதிர்கால'த்தில் புதிர்களுக்கோ மர்மங்களுக்கோ துளியும் இடமிருக்கப் போவதில்லை. சவால்களுக்கு, தொடை தட்டல்களுக்கு இனி எந்த அர்த்தமும் இருக்கப் போவதில்லை. கனவுகளுக்கும் இனி இடமில்லை. கனவின் விளைச்சல்களான மனித குலச் சாதனைகளுக்கு எதிர்காலத்தில், சரியான அர்த்தத்தில் இறந்த காலத்தில் எந்த அவசியமும் இல்லை. அறிந்தவரை போதும் என மனிதனுக்குக் கதவைச் சாத்திக்கொண்டுவிட்டது காலம். அறியாதவற்றைத் தேடிக் கொண்டு பல யுகங்களைக் கடந்துவந்துவிட்ட மனிதன் இனி அறிந்தவற்றைக் கொண்டு காலத்தின் கிளைகளில் வெளவால்களைப் போலத் தலைகீழாகத் தொங்கிப் பிழைப்பை நடத்திக் கொள்ள வேண்டியதுதான். காலாவதியாகிப்போனதெனத் தன்னால் கைவிடப்பட்ட, பயனற்றதெனத் தூக்கியெறிந்து விட்ட வாழ்வை அதன் உருக்குலைவுகளால் ஏற்படும் அருவருப்பைப் பொருட்படுத்தாமல் தேடியெடுத்துப் பத்திரப்படுத்திக் கொள்வது தவிர மனிதனுக்கு வேறு வழியில்லை. மரணம் வரை வேறு வழியில்லை!

மரணம் என்ற வார்த்தையின் ஞாபகம் அவளை அதிர்ச்சியடையச் செய்தது. முன்னைவிடவும் அதிகச் சோர்வுக்குள்ளாகியிருந்தாள் அவள். இன்னும் கொஞ்சமாவது எலுமிச்சைச் சாறு இருக்கக்கூடுமென்றால்?

ஒருவேளை காலத்தின் தலைகீழான இயக்கத்தில் அது தன் முந்தைய நிலைக்குத் திரும்பியிருந்தால்? அதன் மூலக் கூறுகள் வெறும் தண்ணீராகவும் சர்க்கரையாகவும் எலுமிச்சையாகவும் பிரிந்து அவையவற்றின் கதியில் பின்னோக்கிச் செல்லத் தொடங்கியிருந்தால்? இனி ஒருபோதும் அவளால் அந்தக் குறிப்பிட்ட எலுமிச்சையின் சாற்றைப் பருக முடியாமல் போகலாம் என நினைத்தாள். காலம் தன் கணக்கைக் கழித்துக் கொண்டு செல்லும்போது ஏதாவதொரு நொடியில் அந்த எலுமிச்சை தன் மரத்துக்கு, அதன் கிளைக்குத் திரும்பலாம். கனியிலிருந்து காயாகவும் காயிலிருந்து பிஞ்சாகவும் பிறகு பூவாகவும் அதன் பயணம் தலைகீழானதாக இருக்கும். பூ மொட்டாகும். மொட்டு அரும்பாகும். அதற்குப் பிறகு..?

அதற்குப் பிறகு அதற்கு எந்த உருவமும் இருக்கப் போவதில்லை. காலத்தின் கருந்துளைக்குள் ஒன்றுமில்லாததாக அதன் பயணம் முற்றுப்பெறும்.

பார்க்கப்போனால் இனி மரணம் என்பதற்கேகூட வாய்ப்பில்லை. மறு உயிர்ப்பு மட்டும்தான். இருக்கும் எல்லா உயிர்களும் இனிப் பிறப்பை நோக்கிப் பயணப் படப்போகின்றன.

இறப்பைத் தழுவிப் புதையுண்டு எதுவுமற்றதாகிப்போய்விட்ட ஒவ்வொரு உயிரும் ஏதோவொரு நொடியில் விழித்தெழப் போகிறது. சவக்குழிகளிலிருந்தும் சாம்பல்களிலிருந்தும் நோயுற்ற, மூப்படைந்த உடல்கள் உயிர்பெற்று எழப்போகின்றன. மூப்பினதும் நோயினதும் கொடிய துன்பங்களை எல்லா உயிர்களும் மீண்டும் ஒருமுறை அனுபவிக்கப் போகின்றன. ஒவ்வொரு உயிரும் கிழப்பருவத்திலிருந்து குழந்தைமையை நோக்கித் தலைகீழான கதியில் மீண்டும் வாழப்போகிறது. முடிவு என்பது சவக்குழிக்குச் செல்வதன்று, கருப்பையை அடைவது என்றாகும். அங்கும் பத்து மாதங்கள்வரை வாழ்க்கை இருக்கிறதே! சில நாட்களோ சில கணங்களோ தாயின் சினைமுட்டையில் ஒரு பாதியாகவும் தகப்பனின் விந்துத் துளியில் மறு பாதியாகவும் நீடித்திருக்க முடியும்.

பிறகு . . . ?

பிறகு ஒன்றுமில்லை. மரணம் ஏற்படுத்தும் அதே விளைவு. ஒன்றுமில்லாததிலிருந்து ஒன்றுமில்லாததை நோக்கி. காலத்தின் கதி எப்படிப்பட்டதாயினும் வாழ்வின் மாறாத கோலத்தை நினைத்து அவள் சலிப்புற்றாள். விஸ்வத்தின் உடலில் ஏதாவது அசைவு தென்படுகிறதா எனக் கூர்ந்து பார்த்தாள். ஏதாவதொரு கணத்தில் அவனால் புரண்டு படுக்க முடிந்தால்? விழித்தெழுந்து கைகளைத் தலைக்கு மேலாக உயர்த்திச் சோம்பல் முறிக்கச் சாத்தியப்பட்டால்? தன்னாலுங்கூட குழந்தைப் பருவத்தை நோக்கிச் செல்ல முடியுமே! முதலில் கன்னியாகவும் பிறகு குழந்தையாகவும். இரண்டுமே குதூகலம் நிரம்பிய பருவங்கள். ஓரிரு வருடங்களுக்கு முன்னால்வரை விஸ்வத்துடனான வாழ்வுங்கூடக் குதூகலம் நிரம்பியதாகவே இருந்தது. அவனது காதலின், காமத்தின் கதகதப்பான தருணங்கள் அவளுக்குத் திரும்பவும் கிடைக்குமானால்? அப்படியானால் காலத்தின் கதியில் ஏற்பட்டுவிட்ட இந்தப் பழுதைக் கொண்டாடலாம் தான்!

குளிர்சாதனப் பெட்டியில் சிறிதளவு பழச்சாறு எஞ்சி யிருக்கத்தான் செய்தது. ஒரே மூச்சில் அதைக் குடித்துவிட்டுக் குளியலறைக்குப் போய் முகம் கழுவிக்கொண்டு வந்தாள். விஸ்வத்தின் கட்டிலுக்குப் பக்கத்தில் பாலிமர் நாற்காலியைப் போட்டு அவனைப் பார்த்துக்கொண்டு உட்கார்ந்தாள். இன்னும் நேரம் இருக்கிறதே! சரியாகப் பதினோரு நிமிடங்களும் இருபத்து ஏழு நொடிகளும் எஞ்சியிருக்கின்றன. தன் தலைகீழான பயணத் தில் அந்தச் சின்னஞ்சிறு நொடி முள் விஸ்வம் அவளிடம் மன்னிப்புக் கேட்ட, மரணத்தைத் தழுவிய அந்த நொடியைத் தழுவும்போது அவன் விழித்தெழுவான். பிறகு அவளுக்கு அது பற்றி யோசிக்க ஒன்றுமே இல்லாமல்போனது. விழித்

தெழுந்தவுடன் அவனிடம் தன் செயலுக்காக வருத்தம் தெரிவிக்க வேண்டியிருக்குமா எனக் கேட்டுக் கொண்டாள். அவளுக்குக் குழப்பமாக இருந்தது. புத்துயிர்ப்புக்குப் பின்பு மனிதனிடம் பழைய குரோதங்களும் அன்பும் எஞ்சியிருக்க முடியுமா என யோசித்தாள். குரோதமோ அன்போ அற்ற ஒருவனுடனான வாழ்வு எப்படியிருக்கும் என்னும் கற்பனையில் மூழ்கிப்போவ தற்கும்கூட விரும்பினாள் சசி.

திடீரென ஒலித்த ஒரு முனகல் அவளைப் பதற்றமடையச் செய்தது. தான் உட்கார்ந்திருந்த பாலிமர் நாற்காலியிலிருந்து அவள் துள்ளியெழுந்தாள். உடல் நடுங்கியது. வியர்த்தது. மிகக் கவனமாக அவனை நெருங்கி, நடுங்கும் கரங்களால் போர் வையை விலக்கி அவனது முகத்தைப் பார்த்தாள். விஸ்வத்தின் நாசித் துவாரங்கள் விடைத்திருப்பதாக அவளுக்குத் தோன்றியது. சிறிது நேரத்திற்கு முன்பு அவற்றுக்குள் அவள் திணித்திருந்த காட்டன் உருண்டைகளிலொன்று சிதறி அவனுடைய புறங் கழுத்தின் மீது விழுந்து கிடந்ததை அவளால் பார்க்க முடிந்தது. மார்புக் கூடுங்கூட மிக மிக லேசாக எழுந்து தணிந்துகொண் டிருப்பதாய் அவளுக்குத் தோன்றியது. புறங்கையை அவனது நாசித் துவாரங்களில் வைத்துச் சோதித்தாள்.

ஆனால் காலம் இன்னும் எஞ்சியிருக்கிறதே? துல்லியமாக ஐந்து நிமிடங்களும் பத்தொன்பது நொடிகளும்.

நம்ப முடியாத வேகத்தில் துடிக்கத் தொடங்கியது அவளுடைய இதயம். சட்டென்று அவள் அவனிடமிருந்து விலகினாள். வரவிருக்கும் முடிவான கணத்தை எப்படி எதிர் கொள்வது என யோசிக்க முற்பட்டாள். அந்தக் கணம் எப்படி யிருக்கப்போகிறது? உயிர்ப்புற்று எழுந்தவுடன் என்ன செய்யப் போகிறான் விஸ்வம்? தான் விஸ்வம் என்பது அவனுக்குத் தெரிந்திருக்கப் போகிறதா? அவளை நினைவுபடுத்திக்கொள்ள, யாரென்று அறிந்துகொள்ள அவனால் முடியுமா? அருணைக் குறித்தும் அவனுடனான அவளுடைய உறவுகள் குறித்தும் அவனுக்கு என்னவெல்லாம் நினைவிலிருக்கும்? எழுந்த கசப்புகள், உருவான இடைவெளிகள், பரிமாறிக்கொண்ட வசைகள், மூண்ட சண்டைகள் இவற்றில் எவையெல்லாம் அவன் நினைவடுக்குகளில் பதுங்கியிருக்கும்? எவையெல்லாம் மேலெழுந்து தொடரும்? அதற்குள் அருண் வந்துவிட்டால்? விஸ்வத்தின் உடலை அப்புறப்படுத்துவதற்கான ஆட்களோடு வந்து அழைப்பு மணியை அழுத்திவிட்டால்? கடவுளே, தன் கதியை மாற்றிக் கொண்ட காலத்தின் முதல் சாட்சியாய் இருக்க நேர்வது எவ்வளவு கொடியது? அதை எதிர்கொள் வதற்கான பலத்தை அவள் எங்கிருந்து பெறப் போகிறாள்?

இந்த நெருக்கடியிலிருந்து எப்படித் தப்புவது? எங்காவது ஓடிவிட்டால்? யாருமே அற்ற ஒரு இடத்துக்குப் போய் எஞ்சியுள்ள வாழ்வைத் தீர்த்துவிட்டால்? ஆனால் தன் கதியைத் தலைகீழாய் மாற்றிக்கொண்டுவிட்ட காலத்தின் முன்னால் எஞ்சியுள்ள வாழ்வு என்பது என்ன?

பிறகு அவள் எழுந்தாள். அலமாரியைத் திறந்து உடைகளில் ஒன்றிரண்டை எடுத்துத் தோள் பையொன்றில் திணித்துக் கொண்டு அவசர அவசரமாகக் கிளம்பினாள். அவனது மறு உயிர்ப்பின் விளைவுகள் என்னவாக வேண்டுமானாலும் இருந்து விட்டுப்போகட்டும். எதிர்கொள்ளலின் வலியிலிருந்து தப்பிச் செல்வதே தான் செய்யவேண்டியது என நினைத்தாள். படுக்கை யறையிலிருந்து வரவேற்பறைக்கு வந்தவள் செருப்பைத் தேட முற்பட்டபோது மிக மிகத் தற்செயலாக சோபாவின் மீது ஒரு கசங்கிய தலையணையையும் பாலிமர் நாற்காலியின் மீது மிக ஆபாசமான முறையில் தொங்கிக்கொண்டிருந்த தன் உள்ளாடையையும் பார்த்தாள். ஆனால் சற்று நேரத்திற்கு முன்னால் அவள் அந்த உள்ளாடையைக் கண்டுபிடித்து அழுக்குக்கூடைக்குள் விட்டெறிந்திருந்தாளே? தலையணையைக் கூடப் படுக்கையறைக்குக் கொண்டு சென்றிருந்தது நினைவுக்கு வந்தது.

பிறகுதான் அந்தப் பூஜாடிகள் அவளது கண்ணில் பட்டன. அருண் அங்கிருந்து புறப்பட்டுச் சென்றவுடன் அவற்றைப் படுக்கையறைக்குள் எடுத்துப்போனது அவளுக்கு மிகத் துல்லியமாக நினைவிலிருந்தது. சந்தேகமேயில்லை. காலம் திட்டவட்டமாக எதிர்த் திசையில் நகர்ந்துகொண்டிருக்கிறது. முன்பு நிகழ்ந்திருக்கும் ஒவ்வொன்றும் தலைகீழான கதியில் திரும்பவும் நிகழ்ந்துகொண்டிருக்கிறது. ஒவ்வொரு பொருளும் அதன் பழைய இருப்பிடத்திற்குத் திரும்பிக்கொண்டிருக்கிறது.

பையை வீசிவிட்டுப் படுக்கையறைக்குள் நுழைந்தவளுக்கு முகம் வெளிறிவிட்டது. அவர்களுடைய அந்தப் படுக்கையறை முன்பு தென்பட்டதுபோலவே உருக்குலைந்து கிடந்தது. புத்தகங்களும் தண்ணீர் பாட்டில்களும் அறை முழுவதும் சிதறிக் கிடந்தன. சுவர்கள், ஜன்னல்கள், அலமாரிகள், மேசை, நாற்காலி எனத் தென்பட்ட எல்லாவற்றின் மீதும் தெறித்து உறைந்த ரத்தம். அறை முழுவதும் அப்போதுதான் நிகழ்ந்த புத்தம் புதிதான மரணத்தின் நெடி. யூடிகோலனின் வாசனையோ டெட்டாலின் நெடியோ இல்லை. விஸ்வம் அவளிடம் மன்னிப்புக் கேட்ட, அவனது உயிர் அவனிடமிருந்து பறிக்கப் பட்ட நொடிக்குப் பிந்தைய சில நிமிடங்களில் அந்த அறை அப்படித்தான் தென்பட்டிருக்க வேண்டும் எனத் தீர்மானித்துக் கொண்டாள்.

மிகத் துல்லியமாக இரண்டு நிமிடங்களுக்குப் பிறகு முக்கியமான அந்தக் கணம் வந்துவிடும். அவனது மறு உயிர்ப்பை நேரடியாகப் பார்த்துவிடும் பதைபதைப்போடு படுக்கையில் அவனுக்குப் பக்கத்தில் அவனது தோள்மீது சாய்ந்தபடி கிட்டத் தட்ட முத்தமிடுபவளைப் போலக் குனிந்தவாறு குருதிவற்றி கருத்துக் கிடந்த சடலத்தின் முகத்தையும் எதிர்த் திசையில் பின்னோக்கிச் சுழலும் கடிகாரத்தின் மெலிந்த நொடி முள்ளை யும் கண்ணிமைக்காமல் பார்த்துக்கொண்டிருந்தாள். எஞ்சி யிருந்தவை வெறும் அறுபது நொடிகள். ஒரே ஒரு நிமிடம். ஆனால் சலனமில்லாமல், உயிர்பெற்றெழுவதற்கான எந்தத் தடயமுமில்லாமல் கல்போல் இறுகிக்கிடந்தது விஸ்வத்தின் உடல். அவள் பொறுமையிழந்தவளானாள். நொடிமுள்ளின் பின்னோக்கிய நகர்வுக்கு ஒத்திசைவாகச் சொடக்குப் போட்ட படி காத்திருந்தாள். நாற்பது, முப்பத்தொன்பது, முப்பத்தெட்டு, முப்பத்தேழு... ஒரு வேளை எல்லாம் அவளது கற்பனையாக முடிந்துபோனால்?

ஆனால் கடைசி நொடிவரையிலும்கூட நம்பிக்கை இழக்க வேண்டியதில்லை. ஒரு நொடியில் அது நிகழலாம். ஒரு நொடி என்பது எப்போதுமே அற்பமான கால அளவாக இருப்ப தில்லை. சில தருணங்களில் ஒரு நொடி எல்லாவற்றையும் தலைகீழாக மாற்றிவிடும். ஓராண்டுக்கு முன்பு அவளைக் காதலிப்பதாக அருண் அவளிடம் சொன்னபோது பதில் சொல்வதற்கு அவள் ஒரே ஒரு நொடியைத்தான் செலவிட்டிருந் தாள்.

'காலச்சுவடு', மார்ச் 2009

இஇ